എന്റെ കവിതകൾ

INSIGHT PUBLICA®

Nadakkavu, Kozhikode, Kerala, 673011
www.insightpublica.com
e-mail: insightpublica@gmail.com
Title: **Ente Kavithakal**
(Malayalam Poems)
Author: **Shabnam Ali**
First Edition: April 2022
Book Design: kjvj@insight

Printed and Published by
InsightinPublica Printers & Publishers Pvt. Ltd.
ISBN 978-93-5517-244-0

എന്റെ കവിതകൾ

ശബ്നം അലി

INSIGHT PUBLICA®

സമർപ്പണം

കുഞ്ഞുകുഞ്ഞു കഥകളിലൂടെ എന്നെ വായനയുടെ
ലോകത്തെത്തിച്ച ഉമ്മയ്ക്ക്,
ഏഴാംവയസ്സിൽ എന്റെ എഴുത്തിനെ കണ്ടെടുത്ത
തെരേസ് മാത്യു സിസ്റ്റർക്ക്,
അതിനെ വളർത്തിയ എന്റെ പ്രിയപ്പെട്ട ഷൈനി ടീച്ചർക്ക്,
ഓരോ സാഹിത്യോത്സവമത്സരങ്ങളിലും ഇതെഴുതിയ കുട്ടിയെ
കാണണമെന്നു ശഠിച്ചെന്നെ പ്രോത്സാഹിപ്പിച്ച പേരറിയാത്ത
അനേകം അധ്യാപകർക്ക്,
ഞാൻ വായിച്ചു കൂട്ടിയ പുസ്തകങ്ങൾക്ക്,
എന്റെ സ്വപ്നങ്ങൾക്ക് കൂട്ടിരിക്കുന്ന എന്റെ കുടുംബത്തിന്,
എന്റെ കവിതകളുടെ ജീവൻ നഷ്ടപ്പെട്ടിട്ടില്ലെന്ന്
എന്നെ ഓർമ്മിപ്പിച്ച വരുണേട്ടന്,
എന്റെ ലക്ഷ്മിയ്ക്ക്, അബീഷിന്, അനുവിന്,
എനിക്കു വായനക്കാരായ പ്രിയ സുഹൃത്തുക്കൾക്ക്,
എന്റെ അജിത് സാറിന്, ചക്രപാണി സാറിന്,
എന്റെ പ്രിയപ്പെട്ട അധ്യാപകർക്ക്,
എന്റെ അലക്സ് ഡോക്ടർക്ക്, നാരായണൻ സാറിന്,
എന്റെ എല്ലാമെല്ലാമായ ഉപ്പാക്ക്...

1993 നവംബർ ഇരുപതിന് ദേശമംഗലം പള്ളത്ത് ആന്തൂർ നിലത്ത് വീട്ടിൽ അലിയുടേയും ഷാജിതയുടേയും മകളായി ജനനം. ഷൊർണ്ണൂർ സെന്റ് തെരേസ് എച്ച്. എസ്. എസിൽ നിന്നു സ്കൂൾ വിദ്യാഭ്യാസം. എം.ഇ.എസ്. കോളേജ്, മാറമ്പള്ളി, കൊച്ചിൻ ശാസ്ത്ര-സാങ്കേതിക സർവ്വകലാശാല എന്നിവിടങ്ങളിൽ നിന്നു ബയോടെക്നോളജിയിൽ ബിരുദ, ബിരുദാനന്തര പഠനം.

ഇമെയിൽ: shabnamaali223@gmail.com

ശബ്നം അലി

ആമുഖം

ചെറിയ ചെറിയ അനുഭവമെഴുത്തുകളിലൂടെയും കഥകളിലൂടെയും സാഹിത്യോത്സവങ്ങളിലൂടെയും എഴുത്തിലേക്ക് തിരിഞ്ഞൊരാളാണു ഞാൻ. അതു പിന്നീട് കവിതകളിലേക്ക് പടർന്നു. അനുഭവങ്ങളും സങ്കൽപ്പങ്ങളും എനിക്ക് കവിതകളായി. വായനയും എഴുത്തും മുരടിച്ചുപോയ അനേകം വർഷങ്ങൾ ജീവിതത്തിൽ കടന്നുപോയപ്പോഴും കവിതയുടെ വിത്തുകൾ എന്റെയുള്ളിൽ ഈയൊരു കാലം കാത്തുകിടന്നിരുന്നു എന്നതിന്റെ തെളിവാണ് എനിക്കീ പുസ്തകം. ഈ ചെറിയ ജീവിതത്തിനിടയിൽ ഞാനെഴുതിക്കൂട്ടിയവയിൽ നിന്നു പെറുക്കിയെടുത്ത 50 കവിതകളുടെ സമാഹാരമാണ് 'എന്റെ കവിതകൾ'. ഇതിലെയോരോ കവിതയും നിങ്ങളിൽ എന്നെ അടയാളപ്പെടുത്തുമെന്ന് ഞാൻ പ്രതീക്ഷിക്കട്ടെ,

ഒത്തിരി സ്നേഹത്തോടെ,

ശബ്നം അലി

ആളുന്ന, എരിയുന്ന, നീറുന്ന കവിതകൾ

എച്ച്മുക്കുട്ടി

ശബ്നം എഴുതിയ കവിതകളെ അങ്ങനെ വിശേഷിപ്പിക്കാനാണ് എനിക്ക് ഇഷ്ടം.

ഞാനല്ല ഈ കവിതകൾക്ക് അവതാരിക എഴുതേണ്ടത്. നല്ലോണം കവിത അറിയാവുന്ന ഒത്തിരി കവിത്വമുള്ള തികഞ്ഞ സഹൃദയത്വമുള്ള ആരെങ്കിലും വേണം ഈ കവിതകളെപ്പറ്റി എഴുതാൻ..

ശബ്നത്തിന്റെ വരികളിലടങ്ങീട്ടുള്ള തീയും വേവും ജീവിതത്തിൽ യഥാർത്ഥമായും അനുഭവിച്ചിട്ടുണ്ടെന്ന ഒറ്റ കാരണമേ ഞാൻ എന്റെ ഈ എഴുത്തുസാഹസത്തിന് കാരണമായി വിചാരിക്കുന്നുള്ളൂ.

എല്ലാ കവിതകളേയും കുറിച്ച് ഈ വായനാനുഭവത്തിൽ ഞാൻ പരാമർശിക്കുന്നില്ല. മറ്റൊന്നും കൊണ്ടല്ല, കവിതയുടെ ജാജ്ജ്വല്യം വായനക്കാർ സ്വയം തിരിച്ചറിയുമെന്നതുകൊണ്ടാണ്.

ആദ്യകവിതയിൽ തന്നേ ഈ പുസ്തകത്തിന്റെ ആന്തരാർത്ഥത്തെ ശബ്നം വെളിപ്പെടുത്തി തരുന്നുണ്ട്. ആ അർത്ഥമനുസരിച്ച് ഇത് അവളുടെ കവിതയാണ്... അവളുടെ ആളലുകളും ഉരുകലുകളുമാണ് ഈ പുസ്തകം നിറയേ. കവിതകളിൽ പലതും എന്റെ ആത്മാവിൽ പൊള്ളിപ്പിടിച്ചു. വായിച്ചു തന്നെ അറിയണം ആ നീറലിന്റെ ഉന്മത്തത. അത് ചുരുട്ടിപ്പിടിച്ച കൈയിൽ നിവർന്നിരിക്കുന്ന പെണ്ണിന്റെ കവിതയാണ്.

'കിണറെന്ന' കവിതയിൽ കുളിര് വീണുറങ്ങിയോരെന്റെ സ്നേഹമെന്ന വരിയിലെത്തുമ്പോഴേക്ക് ഞാൻ ദാഹിച്ചു വലഞ്ഞു. അത്രമാത്രം വെള്ളം ദാഹിക്കുന്ന നൊമ്പരബിംബങ്ങളേയാണ് ശബ്നം വക്ക് പൊട്ടിയ കിണറ്റിൻ കരയിൽ നിരത്തി നിറുത്തിയിട്ടുള്ളത്.

'നീയെന്റെ ജീവന്റെ ചിതയാണെന്ന് ' എഴുതപ്പെട്ട വരികൾ വായിക്കുമ്പോൾ ഞാൻ എരിഞ്ഞു. 'കണ്ണിനു മുന്നിൽ നീയടുക്കിയ അവസാനത്തെ കൊള്ളിയായിരുന്നു എന്റെ ഏറ്റവും പുതിയ കാഴ്ചയെന്ന്' വായിക്കുമ്പോൾ ചിതയിലെരിയാതെങ്ങനെയാണ്?

'എന്റെ നന്ത്യാർവട്ടവും' ഹൃദയത്തെ മഥിക്കുന്ന ഒരു കവിതയായി എനിക്കനുഭവപ്പെട്ടു. ആ വരികൾ നോക്കൂ...

'നിന്റേതെന്ന് നീയെന്നിൽ നട്ടൊരാ കുഞ്ഞിനെ ഞാനതിൽ മുക്കിയിരുന്നു. നിന്റെ കറുത്ത പ്രണയത്തിന്റെ പൊക്കിൾക്കൊടി ചുറ്റി ഞാനതിനെ പിന്നെയും കൊന്നു..' എന്റെ നെഞ്ചിൽ വല്ലാത്ത ഒരു പിടപ്പനുഭവപ്പെട്ടു അന്നേരം.

ഞാൻ ആവർത്തിക്കട്ടെ. ശബ്നത്തിന്റെ കവിതകൾ വായിക്കവേ അതെന്നെ അകം പുറം ഉഴുതുമറിച്ചു. അത്തരം കവിതകൾ ശരിക്കും പെണ്ണെഴുത്താണ്. പെൺനോട്ടങ്ങളിൽ, പെൺയാഥാർഥ്യങ്ങളിൽ, പെൺഭാവനകളിൽ, പെണ്ണനുഭവങ്ങളിൽ ഉടലെടുക്കുന്ന പെണ്ണിന്റെ കവിതകൾ. അവയുടെ ആഘാതശേഷിയും അസാധാരണമായ വിധത്തിൽ ഭയാനകമാണ്.

'പിഴച്ചുപെറ്റ കുട്ടി' സമൂഹം ഒരമ്മയേയും കുഞ്ഞിനേയും വേട്ടയാടുന്നതെങ്ങനെയെന്ന് വിവരിക്കുകയാണ്. പഴഞ്ചൊല്ലുകൾ ഉണ്ടല്ലോ തരാതരംപോലെ ആർക്കും എടുത്തു ഉദ്ധരിക്കുവാൻ... അതെല്ലാം കുട്ടിക്കും അമ്മക്കും കേൾക്കേണ്ടി വരുന്നു. കുട്ടിയുടെ തലയിലെ പുഴുക്കൾ ശക്തമായ ഒരു പ്രതീകമാണ്. അതു വായിക്കുമ്പോൾ പുഴുക്കൾ നുരയ്ക്കുന്നതായി തോന്നും.

'എൻട്രൻസ് പാസ്സാവാത്ത മകൻ' ആത്മഹത്യയിലേക്കിറങ്ങിപ്പോകുവാനുണ്ടാക്കുന്ന പ്ലാസ്റ്റിക് കയറിനറ്റത്തെ ബബിളെന്ന പ്രയോഗം... എൻട്രൻസ് പരീക്ഷയിലെ ഒബ്ജക്ടീവ് ടൈപ്പ് ചോദ്യങ്ങൾക്ക് പെൻസിൽ കൊണ്ട് കറുപ്പിച്ചുണ്ടാക്കുന്ന ബബിളുകളുമായി കോർത്ത് തോൽവി എന്ന അവസ്ഥയെ അസാധാരണമായ വിധത്തിൽ അടയാളപ്പെടുത്തുന്നു ശബ്നം. ഈ കവിതയിലും സമൂഹം കാരുണ്യമില്ലാത്ത വേട്ടയാണ് നടത്തുന്നത്.

'കുപ്പിയിലടച്ച പെൺകുട്ടി' പ്രണയത്തിന്റേതെന്ന പേരിൽ പെൺകുട്ടികളിൽ പലർക്കും ലഭിക്കുന്ന തടവറയാണ്. വാടാർമല്ലിപ്പൂക്കൾ കുറച്ച് നാളുകൾ വാടാതിരിക്കുമെങ്കിലും ഒടുവിലവയുടെ കൂർത്ത അറ്റങ്ങളുള്ള ഇതൾ വിത്തുകൾ, വിഴുങ്ങേണ്ടി വന്ന് പ്രണയനിരാസത്താൽ ഒരു പെൺകുട്ടി മരിച്ചു പോവുകയും അടുത്ത പെൺകുട്ടിക്കു വേണ്ടി വാടാർ മല്ലിപ്പൂവായി വിരിഞ്ഞു നിൽക്കുകയും ചെയ്യുന്നു. അവനോ മരിച്ചവളുടെ ചാരത്താൽ മകുടി മിനുക്കുന്നു. അടുത്ത പെൺകുട്ടിയെ കുപ്പിയിലിട്ടടക്കുന്നു. പ്രതീകാത്മകമായ ഒരു കവിതയാണത്. പ്രണയവഞ്ചനയോ, സപത്നീത്വമോ, കൊലപാതകത്തിനപ്പുറത്തെ വിവാഹജീവിതമോ... അപകടസാധ്യതകൾ അനന്തമാണ്.

'കടലിലുറഞ്ഞവരെ'പ്പറ്റി ശബ്നം പറയുന്നതെത്ര വാസ്തവം. നമുക്കു കടൽ കാണാനുള്ള ഒന്നാണ്... കാണാൻ, കണ്ടു മടങ്ങാൻ..സുരക്ഷയോടെയിരുന്നു ആഹ്ളാദിക്കാൻ... കടൽത്തീരത്ത് ജീവിക്കുന്നവർക്ക് കടലിൽ അദ്ധ്വാനിച്ചുവേണം ജീവിക്കാൻ..കടലിൻറ ഓരോ ഇളക്കവും അവർക്ക് ചിലപ്പോൾ പെടാപ്പാടുണ്ടാക്കും. അതുവരെ പടുത്ത ജീവിതം കടലങ്ങു കൊണ്ടുപോകും. എന്നാലും അവർക്ക് അവിടം വിടാനാവില്ല. 'നിങ്ങൾ തീരത്താശ തീർക്കാൻ വരുന്നതെനിക്ക് കാണണ്ടായോ 'എന്നാണ് ആ ചോദ്യം. എത്രമാത്രം നെഞ്ചിൽക്കുത്തുന്ന ചോദ്യമാണത്. കടൽത്തീരത്തെ ദുരിതമറിയാത്ത ഒരുവൾക്ക് ഇമ്മാതിരി നെഞ്ചിൽ ആഞ്ഞു കുത്താനാവില്ല.

ഗുരു എങ്ങനെയാവണമെന്ന് ചെറിയൊരു സംശയമെങ്കിലും ഉണ്ടോ... ശബ്നം ഉത്തരം തരും. 'ഗുരു' എന്ന കവിത വായിച്ചാൽ മതി. മനസ്സിലാക്കിയാൽ മതി. അടിത്തട്ട് കാണുന്ന തടാകം പോലെ തെളിഞ്ഞൊരു കവിത.

'നീയെന്ന സൂര്യനും', 'തിരിഞ്ഞു നടത്തവും', 'എന്റെ വീണയും' നോവിക്കുന്ന ബിംബങ്ങളോടെ രചിക്കപ്പെട്ട ഭഗ്നപ്രണയകവിതകളാണ്. ഉടഞ്ഞുപോയ പ്രണയവും ജീവിതവും ശബ്നത്തിന്റെ കവിതകളിൽ ആവർത്തിച്ചു കടന്നുവരുന്നു. ഓരോ കവിതയും ഓരോ തരം മുറിവും നീറ്റലും തരുന്നു.

'സമൂഹം വളർത്തിയ കുട്ടികൾ' എല്ലാവരും വായിച്ചറിയേണ്ട ഒരു കവിതയാണ്. കാരണം അതിലൊരു വലിയ സന്ദേശമുണ്ട്. കളിച്ചു വളരുന്ന കുഞ്ഞ് ആൺകുട്ടിക്കും കുഞ്ഞു പെൺകുട്ടിക്കും ഇടയിൽ സമൂഹം ഉയർത്തുന്ന ചോദ്യങ്ങൾ അവരെ എത്രമാത്രം ഭയപ്പെടുത്തുകയും പരസ്പരം അകറ്റിക്കളയുകയും അപരിചിതരാക്കുകയും ചെയ്യുന്നു

എന്ന് കവിത പറഞ്ഞു തരുന്നു. ആണായും പെണ്ണായും തികഞ്ഞ അപരിചിതരായി ജീവിക്കാൻ വിധിക്കപ്പെടുന്ന ആ പഴയ കുഞ്ഞ് ആൺകുട്ടിയും ആ കുഞ്ഞുപെൺകുട്ടിയും വിങ്ങിവിതുമ്പി അനാരോഗ്യകരമായ ജീവിതം മുന്നോട്ടു നീക്കുന്നു. ആ വെട്ടിച്ചുരുക്കലുകൾ, ആ അപരിചിതത്വം എല്ലാം തന്നെ സമൂഹത്തിന്റെ ആരോഗ്യത്തെ വളരെ ഗുരുതരമായ രീതിയിൽ ബാധിക്കുന്നു.

'എന്റെ പകൽപ്പൂവിന് ' എന്നതൊരു വിങ്ങിവിതുമ്പുന്ന അമ്മമനമാണ്. ശരീരം വില്ക്കുന്നൊരമ്മ കാത്തുവെയ്ക്കുന്ന, പകൽപ്പൂവിനെപ്പറ്റി വായിക്കുമ്പോൾ കണ്ണു നിറയും. മകളെ കാത്തുസൂക്ഷിക്കേണ്ടി വന്നിട്ടുള്ള ഓരോ അമ്മയുടേയും ഉള്ളം അടിച്ചുപൊടിയാക്കുന്ന രചനയാണത്.

സ്നേഹിക്കുന്നുവെന്ന് പറയേണ്ടി വന്നില്ല... കാരണം പറയാതെ അറിയുന്നു അവൾ. അകന്നപ്പോഴും പറയേണ്ടിവരുന്നില്ല കാരണം അവൾക്ക് ഒന്നുമറിയാതെ ആയിരുന്നു അപ്പോൾ... അഞ്ചാറു വരികളിൽ ശബ്നം എഴുതുകയാണ് സൗകര്യപ്രദമായ, സ്നേഹിക്കുന്നുവെന്നു പോലും പറയേണ്ടാത്ത 'പറയാതെ പോയതെന്ന' അതീവ നഷ്ടബോധം തരുന്ന കവിതയിൽ...

'നീയെന്ന കള്ളം' ദഹിപ്പിച്ചു കളയുകയാണ് വായിക്കുമ്പോൾ. ശബ്നത്തിന്റെ ഈ വരികൾ നോക്കു...

'എന്തിനാണ് നീ കള്ളം പറഞ്ഞത്? അതും ഒരു കള്ളമായ നിന്നെ നീയായി എന്നിലേക്ക് ചേർത്തൊരെന്നോട്?

നിനക്കെന്തും പറയാമായിരുന്നൊരെന്നോട്? എനിക്കറിയാം... നീ കള്ളമായിരുന്നു, ഞാൻ സത്യവും. ഒരിക്കലും ഒരിക്കലും ഒരിക്കലും ചേരാത്തവ...'

അതേ... ഇതിൽക്കൂടുതൽ ഒരു കവിതയിൽ എന്താണ് പറഞ്ഞു ദഹിപ്പിക്കാൻ കഴിയുക?

'കാലങ്ങൾ ബാക്കിവെച്ചത്', 'നീയെന്നെ പഠിപ്പിച്ചതും ഞാനറിഞ്ഞതും' എന്നീ രണ്ടു കവിതകളും സ്നേഹത്തകർച്ചകളാണ്. ഹൃദയം വിങ്ങിവിതുമ്പിപ്പോവുന്ന സ്നേഹത്തകർച്ചകൾ.

'ഞാറ്റുവേലക്ക് ഒരു കത്തെന്ന്' ശബ്നം എഴുതുന്നത് തിരുവാതിര ഞാറ്റുവേലയ്ക്കാണ്. കുരുമുളക് വള്ളികൾ പോർച്ചുഗീസുകാർ കൊണ്ടുപോയപ്പോൾ, വിഷമപ്പെട്ട മന്ത്രിയോട് രാജാവ് പറഞ്ഞെന്ന് കേട്ടിട്ടുണ്ട്. 'അത് സാരല്ല... കുരുമൊളക് വള്ളി കൊണ്ട് പോയിക്കോട്ടേ, നമ്മ്ടെ തിരുവാതിര ഞാറ്റുവേല കൊണ്ടോവാൻ പറ്റില്ലല്ലോന്ന്.' എന്നാൽ

ഇക്കാലത്ത് നമ്മൾ ആ ഞാറ്റുവേലയേയും നഷ്ടപ്പെടുത്തുകയാണ്. അതിന്റെ ഉൽക്കണ്ഠയും വേദനയും ശബ്നം ഹൃദയാർദ്രമായി പങ്കുവെയ്ക്കുന്നു.

'എന്റെ സ്നേഹം', 'നീയറിയാതെ പോയത്', 'കര കടലാകുമ്പോൾ', 'നീ സുഖമായിരിക്കുക', 'ഇനിയെങ്കിലും നീയാവുക' എല്ലാം സ്നേഹനിരാസത്തിന്റെ വേദനത്തുള്ളികളാണ്. എത്ര ഊതിയാലും ആറാത്ത മുറിവുകളാണ്. അവയിലെ വരികൾ മനസ്സിനെ കാർന്നുതിന്നുന്നവയാണ്.

'രാത്രിയിലെ ചുമപ്പാകട്ടെ' മരണം വിളിച്ചു വരുത്തലാണ്. രാത്രിയിലും മങ്ങാത്ത ചുമപ്പിനെ തേടി ഉയരത്തിൽ നിന്നുള്ള കുതിക്കലാണ്. അച്ഛനുറങ്ങാത്ത, അമ്മയുറങ്ങാത്ത, കുഞ്ഞു കരയുന്ന, പ്രണയം കരണ്ട പെൺകുട്ടിയുള്ള വീടുകളാണ് മരണത്തെ വിളിച്ചു വരുത്തുന്നവരുടെ ചുറ്റിലും..

'യാത്രാമൊഴി', 'ഞാനെന്ന മരം', 'കവിതയിലില്ലാത്തത് 'ഈ കവിതകളും നഷ്ടപ്പെടലിന്റെ വ്യർത്ഥമായ സ്വപ്നങ്ങളുടെ കടും നോവിലെഴുതപ്പെട്ടവയാണ്. വായിച്ചറിയേണ്ട നോവുകൾ. കണ്ണിൽ വെള്ളം നിറയ്ക്കേണ്ട നോവുകൾ...

ഞാൻ ചില കവിതകൾ എന്റെ ഉള്ളം കീറിയതിനെപ്പറ്റി മാത്രമാണ് എഴുതിയത്. പെണ്ണെഴുത്തിന്റെ അരിവാൾ മൂർച്ച പുലർത്തുന്ന ഈ പുസ്തകം ഇതിലും എത്രയോ മികച്ച വായനാനുഭവം അർഹിക്കുന്നു.

ശബ്നത്തിന് ഉന്നതമായ ഒരെഴുത്തുജീവിതം നേരുന്നതോടൊപ്പം പുസ്തകം വായനക്കാർ ഏറ്റെടുക്കട്ടെ എന്ന് മോഹിക്കുകയും ചെയ്യുന്നു.

കവിതകൾ

അവളുടെ കവിത

രാത്രിയായി,
അയാൾ വരുന്നു...
അയാൾക്കുള്ളിൽ കവിത കനംകെട്ടിക്കിടന്നു.
അയാളുടെ തലയിൽ കവിതയുടെ ലഹരി,
പ്രണയത്തിന്റെ അഗ്നി, നിരാശയുടെ
പൂക്കൾ.
ചുരുട്ടിപ്പിടിച്ച കൈയ്യിൽ
നിവർന്നിരിക്കുന്നവളുടെ കവിത.
നീയിതെങ്ങനെയെഴുതി?
നീ കുഞ്ഞായിരുന്നില്ലേ?!
അവൾക്കുള്ളിൽ പ്രണയത്തിന്റെ വിത്ത്,
വായനയുടെ ഭ്രാന്ത്, സ്വാതന്ത്ര്യത്തിന്റെ
ലഹരി.
'ഞാൻ പെണ്ണായിരുന്നു '.

(2020)

കിണർ

പകലിലും ഇരുള് കാണുന്ന,
വക്ക് പൊട്ടിയ,
ഉള്ള് ചിതറിയ,
ആ ഉപേക്ഷിയ്ക്കപ്പെട്ട കിണറാകുന്നു
ഞാൻ...
വക്കിൽ മൗനം ചിലമ്പുന്നൊരാ
ആലിന്റെ വേര്..
ആരും കാണാതിരിയ്ക്കാനാ
കമിതാക്കൾക്കൊരു മറ...
അവരുടെ നിശ്വാസങ്ങൾക്കിടയിൽ
ഇടിഞ്ഞുവീണൊരാ കല്ല്.,
ഉച്ചവെയിലിലാ വയറൊട്ടിയ
കുടിയന്റെ ജൽപനങ്ങൾക്കൊരു കാത്.,
സ്നേഹം വിറ്റവളുടെ
സമ്പാദ്യത്തിനൊരു പൊത്ത്.,
ഉപേക്ഷിക്കപ്പെട്ടവളുടെ
പ്രസവത്തിനൊരു കൂട്ട്.,
ശ്വാസം പിടഞ്ഞു തീരാൻ പോകുന്നൊരാ
കുഞ്ഞിന്റെ നെഞ്ചിലേക്കാഴ്ന്നിറങ്ങുന്ന
അവസാനത്തെ നീര്.,
വരുന്നവരെല്ലാം തമ്മിൽ
തമ്മിൽ കാണാതെ പോകുന്നു.
എന്റെ കാത്, എന്റെ നരച്ച ചുവരുകൾ..
ഉള്ളിൽ
കുളിര് വീണുറങ്ങിയോരെന്റെ
സ്നേഹം..
കാലംതെറ്റി വീണൊരാ പൂവ് മാത്രം
എന്റെ നെഞ്ചിലുറങ്ങുന്നു.
(2021)

വിഷാദം-എന്റെയും നിന്റെയും!

മാറാല കെട്ടിയ ഇരുട്ടറയേക്കാൾ
ദിനവും ചോര വാർന്നൊഴുകുന്ന
വന്യതയാകുന്നു നിന്റെ ഹൃദയം..
നിന്റെ ജീവന്റെ കുറുകൽ,
പൊട്ടിച്ചിരികളിൽ നിന്നും
എന്നെ തേടിയെത്തുന്നു..
അതിന്റെയറ്റങ്ങളിൽ
നീ ഞെരിച്ചമർത്തുന്ന ആ ഇടമ്പല്ല്
എനിക്കുമാത്രം വെളിവാകുന്നു..
അതിന്റെ രോഷത്തിൽ,
പിടച്ചിലിൽ, ഞാനെന്റെ മുറിവുകളെ
വീണ്ടും സ്നേഹിച്ചുകൊണ്ടേയിരിക്കുന്നു,
നമ്മുടെ വിഷാദങ്ങൾ
നാമില്ലാതെ ഇണചേരുന്നു...

(2020)

ചായങ്ങൾ

ചായങ്ങളായിരുന്നു നാം സഖീ,
ഈ പ്രാകൃതക്കറക്കൂട്ടുകൾതൻ
സർഗ്ഗസത്തയിലേകാന്തതതൻ
ചേറു പുതഞ്ഞോർ..
വർണങ്ങളെങ്കിലുമവർണരായോർ..
സന്ധ്യതൻ തുടുപ്പായിരുന്നു
നീ സഖീ,
ഞാനീ കടലിലായ്
മറയുമോരുഷസ്സും.
വര വീണ വഴികളിലീ
വിരൽകളാൽ
കലരുമ്പോൾ നിൻ
തുടുപ്പതിലായ് ഞാനും
അലിയുമ്പോൾ ;
നിറങ്ങളല്ലായിരുന്നു നാം
സഖീ, നമ്മളിൽ ത്തന്നെ
നിറയും നിനവതായിരുന്നു.
എത്രയോ വർണങ്ങൾ
നമ്മിൽ കലർന്നുപോയി ;
എത്രയോ വർണങ്ങൾ
നമ്മെ കവർന്നെടുത്തു.
ആ യുഗ്മഗീതികൾ
വർണരേണുക്കളായിന്നും
ചിലമ്പവേ,
നിശ്ചലമാമീ
ഛായാചിത്രത്തിലിന്നിങ്ങനെ
അർത്ഥമറിയാതെ
ഞാനിരിക്കുമ്പോൾ,

നീയെങ്ങനെ നീയായ്
തിരിച്ചുപോയീ സഖീ,
ഈ നീലപ്പരപ്പിലെൻ
നിറം മൗഢ്യമായെങ്ങനെ
കലർന്നുപോയീ ??!!

(2015)

ചിത

നീയെന്റെ ജീവന്റെ ചിതയാണ്.
നീയോരോ മുട്ടികളും നീ അടുക്കുമ്പോൾ
നിന്നിലാണല്ലോ എന്ന് അഹങ്കരിക്കയായിരുന്നു
ഞാൻ.
നീയടുക്കിവെച്ച ചന്ദനമുട്ടികളുടെ ഗന്ധത്തിൽ
എത്ര രാത്രികളിലാണ്
ഞാൻ നിന്നെ നോക്കി അലിഞ്ഞു
കിടന്നത്...
നീയപ്പോഴും അടുക്കിക്കൊണ്ടേയിരുന്നു.
എനിയ്ക്കുവേണ്ടി എന്തിനിത്ര കഷ്ടപ്പെടുന്നു
നീയെന്നോർത്ത് എത്ര വിയർപ്പുകണങ്ങൾ
ഞാൻ എന്റെ പ്രണയത്താൽ
നിന്നിൽ നിന്നും ഒപ്പിയെടുത്തു...
ഈ ലോകം മുഴുവൻ നേടിയചിന്തയിൽ
എത്രയാണ് ഞാൻ നിന്നെയും നോക്കി
അനങ്ങാതെ കിടന്നത്...
ചലിച്ചുകൊണ്ടിരുന്ന എന്റെ ചിന്തയേയും
ബുദ്ധിയേയും
നിനക്കുവേണ്ടി അടക്കിക്കിടത്തിയത്..
അടുക്കി ക്ഷീണിക്കുമ്പോൾ,
നീ പതിയെ എന്റടുക്കൽ വന്നിരിയ്ക്കുമ്പോൾ,
നിനക്കൊരു മണം ഉണ്ടായിരുന്നു..
എന്നെ മത്തുപിടിപ്പിക്കുന്നത്...
എനിക്കും എന്റെ കുഞ്ഞുങ്ങൾക്കുമെല്ലാം
നിന്റെയാ മണം വേണമെന്നു
അപ്പോഴൊക്കെയും ഞാൻ ആഗ്രഹിച്ചു.
എത്രയോ രാത്രികൾ വീണിട്ടും
ഒറ്റയിരുട്ടുപോലും ഞാൻ കണ്ടില്ല...,

നിന്റെ നിലാവ്, നല്ല നേർത്ത നിലാവ്,
അതിനുള്ളിലങ്ങനെ...
ഒരിക്കലടുക്കിയ കൊള്ളികളിൽ
നിന്റെ മുടിയിഴകൾക്കൊപ്പം
മറ്റാരുടേതോ ജടകെട്ടിക്കിടന്നിരുന്നു.
ഓർമ്മയില്ലേ, ഞാൻ അന്നു
നിന്നെ ശാസിച്ചത് !!!
നീ പണ്ടും നിന്നെ സൂക്ഷിക്കാൻ
മടിച്ചിയായിരുന്നു..
കാൽവിരലുകൾ നീ ചേർത്തുകെട്ടിയ
ദിവസം കാറ്റിന് ചന്ദനത്തിന്റെ
മണം ഉണ്ടായിരുന്നില്ല,
നിന്റെ കൈതാളം നോക്കിക്കിടക്കെ
ഉച്ചിയിലെ കർപ്പൂരത്തിന്റെ മണം
ശ്രദ്ധിച്ചുമില്ല.
നീയപ്പോഴും അടുക്കിക്കൊണ്ടേയിരുന്നു.
കണ്ണിന് മുന്നിൽ നീയടുക്കിയ
അവസാനത്തെ കൊള്ളിയായിരുന്നു
എന്റെ ഏറ്റവും പുതിയ കാഴ്ച,
അവസാനത്തേതും.
ഇപ്പോഴും ഞാനതേ കാണുന്നുള്ളൂ..
അവസാനത്തെ കൊള്ളിയടുക്കിയ
നിന്റെ കൈകൾ..
നീയെന്നിലെരിയിച്ച തീ..
നീയായിരുന്നു എന്റെ ചിത...

(2019)

എന്റെ നന്ത്യാർവട്ടം

നിനക്കു ശേഷം ഞാൻ എഴുതിയതേയില്ല.
എന്റെ മഷി വരണ്ടിരുന്നു.
നിന്റേതെന്നു നീയെന്നിൽ
നട്ടൊരാ കുഞ്ഞിനെ
ഞാനതിൽ മുക്കിയിരുന്നു.
നിന്റെ കറുത്ത പ്രണയത്തിന്റെ
പൊക്കിൾക്കൊടി ചുറ്റി
ഞാനതിനെ പിന്നെയും
കൊന്നു.
നീ നിന്റെ പ്രണയിനിയുമൊത്തു
നടക്കാനിറങ്ങുന്ന വഴിയിൽ
ഞാനതിനെ കുഴിച്ചിട്ടു.
വഴി നാറിയില്ല, നാട്ടുകാരറിഞ്ഞില്ല.
എന്റെ കുഞ്ഞൊരു നന്ത്യാർവട്ടമായി
പൂത്തതല്ലാതെ,
നീ അതിൽ നിന്നൊന്നറുത്തു
നിന്റെ പ്രണയിനിക്ക് ചൂടിയതല്ലാതെ,
ഞാനതു കണ്ടുനിന്നതല്ലാതെ...

(2022)

ഉറക്കം

സന്ധ്യയായപ്പോൾ എനിക്കുറക്കം വന്നു.
വാതിലടച്ചില്ല,
കോഴിയില്ലാത്ത കോഴിക്കൂടിനെയോർത്തില്ല,
വരാന്തയിൽ ലൈറ്റിട്ടില്ല,
ചെടികൾ നനച്ചില്ല,
ഗേറ്റ് പൂട്ടിയില്ല,
പാത്രങ്ങൾ കഴുകിയില്ല,
പിറ്റേന്നത്തേയ്ക്ക് പച്ചക്കറി
അരിഞ്ഞില്ല,
മാവാട്ടിയില്ല,
കുട്ടികളെ ഉറക്കിയില്ല,
അലക്കിയ തുണികൾ മടക്കിയില്ല,
ഭർത്താവിന്റെ തുണികൾ ഇസ്തിരിയിട്ട്
ഹാങ്ങറിൽ തൂക്കിയില്ല,
ഗുളികയും വെള്ളവുമെടുത്ത്
കൊടുത്തില്ല,
കിടക്ക വിരിച്ചില്ല,
ഒന്നുമേ ചെയ്തില്ല.
എനിയ്ക്കു വേണ്ടതെടുത്തു കഴിച്ച്
ഞാനുറങ്ങി.
'അമ്മയെന്തിയേ? ഒരു ഗ്ലാസ് വെള്ളമെടുക്കാൻ പറ!'
കസേരയിൽ അയാൾ കാലുയർത്തി
വെച്ചുകാണണം.
ടി.വി യുടെ ശബ്ദം കുറച്ചുകാണണം.
എനിക്ക് ഉറങ്ങണമായിരുന്നു.
'അമ്മ ഉറങ്ങി'
മോനു വിളിച്ചുപറഞ്ഞു.
അയാളിപ്പോൾ ചാരിയ വാതിലിനു
നേരെ നോക്കിക്കാണണം.

മുഖം വക്രിച്ചിരിക്കാം..
പക്ഷേ അയാൾ ഒന്നും പറയില്ല.
എനിക്കറിയാം.
അയാൾക്കീ വീടിനെ അറിയില്ല.
പക്ഷേ എനിക്കറിയാമെന്ന്
അയാൾക്കറിയാം.
ഞാൻ സുഖമായുറങ്ങി...
സന്ധ്യക്ക്...
ആവോളം..
മതിയാവോളം...

(2021)

പൂച്ചെടി പറഞ്ഞ കഥ

പകരുവാനാകാത്ത പദതാളം പോലെ
പലതെന്റെ ഇതളിൽ മലരൊളിയിൽ..
ഒളിയില്ല, മറയില്ല, കാലപ്രയാണത്തി-
ലുമിതള്ള വാടാത്ത നൽപ്പൂവു ഞാൻ.
നിഴലും നിലാവും ഇളവെയിലും
കാമുകർക്കൊത്ത ശലഭങ്ങളും
കരതാരു കവരുന്ന പൂങ്കാറ്റും
പലതെന്റെ നാൾകളിൽ
പതിവായിപ്പുലരുന്നു...

നിഴലും നിറംമങ്ങലും
മാറി മാറി, പുഴക്കുത്തു-
പോലും വന്നുപോയി.
മുൾച്ചെടിയെന്നു ഞാൻ
നൽച്ചെടി പേരുകേട്ടു.
പടവെട്ടുവാൻ ഞാൻ
മഷിത്തണ്ടു പലവുരി
മുൾച്ചെടി തന്നെയായി.
പലരും വലഞ്ഞതാണി-
ത്തേന്നുറ്റുവാനീദളം
മുകരുവാനെങ്കിലും
മനസ്സതു കല്ലിൽ
ഉറഞ്ഞുപോയി.
അലയുന്ന മോഹങ്ങളി-
തൾകളിൽ ദാഹം തീർത്തു-
പോകയെങ്കിലുമീജന്മം
കരിവണ്ടിനെത്തന്നെ
കാത്തുനിൽക്കും..

വിടർന്നതു ശോഭയായ്
വാഴാനത്രെ,
കഥയതു കേട്ടു ശീലിച്ചതു-
മതുതന്നെ.
എങ്കിലുമിക്കഥയെന്റെ കഥ,
പാഴ്നിലത്തിലീ
പൂച്ചെടി വളരുവാൻ
പണിപ്പെട്ടൊരിക്കാലത്തിൻ
കഥ.
എന്നിട്ടും മോഹം വീണ്ടും
തൊടിയിൽ നിന്നും തോട്ടത്തിലേ-
ക്കെത്തി നോക്കേണ്ടിവരുന്ന കഥ.

(2014)

പിഴച്ചുപെറ്റ കുട്ടി

'നിന്നേ പിഴച്ചു പെറ്റതാ '
കളിയിൽ തോറ്റ വാശിക്ക് കുട്ടികൾ
ആർത്തുകൂവി.
കുട്ടിക്ക് അർത്ഥമറിഞ്ഞില്ല.
കുട്ടി ആരോടും ചോയ്ച്ചുമില്ല.
പക്ഷേ കളിയിൽ ജയിച്ചിട്ടും
തോറ്റതായി കുട്ടിക്ക് തോന്നി.
'നീയേ തന്തയില്ലാത്തോനാ '
പീടികക്കാരൻ കുട്ടിയുടെ
മുറിവ് ചേർത്ത് ഉപ്പ് പൊതിഞ്ഞു-
കെട്ടി കൈയിൽ കൊടുത്തു.
കുട്ടി അയാളിൽ നിന്ന് ഓടിയൊളിച്ചു.
'തള്ള വേലി ചാടിയാലേ മകൻ
മതില് ചാടും, ചാടോടാ നിയ്യ്? '
വേലിക്കലെ തള്ള കുട്ടിയെ
നോക്കി പായാരം പറഞ്ഞു.
കുട്ടി ചാടിയോടി.
കുട്ടിയുടെ വേലിയിൽ
നിറയെ ശംഖുപുഷ്പങ്ങളായിരുന്നു,
അമ്മ വളർത്തിയത്.
അമ്മ വേലിചാടുന്നത് കുട്ടി
കണ്ടിരുന്നില്ല.
അമ്മയുടെ വേലി ഇടയ്ക്കിടെ
പൊളിച്ചിടുന്ന നാട്ടുകാരെയല്ലാതെ
വേലിചാടുന്ന അമ്മയെ
കുട്ടിക്ക് ഓർമ്മയേ വന്നില്ല.
കുട്ടിയുടെ കണ്ണിൽ
തൃസന്ധ്യ പടർന്നു..

തന്തയില്ലാത്ത, വേലിചാടിയ തള്ളയുള്ള
കുട്ടി ഇരുട്ടും വെളിച്ചവും
പേടിപ്പിച്ച ത്രൂസന്ധ്യയിലേക്ക്
തലകറങ്ങിവീണു.
തേടാൻ അമ്മ മാത്രമുള്ള കുട്ടി,
അമ്മയുടെ കരച്ചിലിൽ
കണ്ണ് മിഴിച്ചു.
'ന്റെ കുട്ടിക്കേ ഒന്നുല്ല്യ'
അമ്മ കുട്ടിയെ തോളത്തെടുത്തു.
രാത്രിയിൽ കുട്ടിയുടെ കുറുകിയ
പുലമ്പലിൽ പിഴയെന്നു മാത്രം
അമ്മ കേട്ടു.
കുട്ടിയുടെ ഉള്ളിലെ പറയാത്ത
കഥയറിഞ്ഞ് അമ്മ
ഉരുകിയൊലിച്ചു.
പിറ്റേന്നും കുട്ടി തലകറങ്ങിവീണു.
അമ്മ ഓടിപ്പിടഞ്ഞെത്തി.
വേരില്ലാത്ത കുട്ടി ബെഞ്ചിൽ
നീരുവലിഞ്ഞു കിടന്നു.
കുട്ടിയുടെ തലയിൽ നാട്ടാര്
നട്ട പുഴുക്കൾ മദിച്ചു നടന്നു.
അമ്മ ചീകിമിനുക്കി
ഉമ്മകൊടുത്തു-
വിട്ട നെറുംതലയിൽ നിന്നു
ജീർണിച്ച പുഴുക്കൾ
ഉതിർന്നുകൊണ്ടിരുന്നു.
അമ്മ കുട്ടിയെ തോളിലെടുത്തു
തിരിഞ്ഞുനടക്കേ,
ബോർഡിൽ വെളുത്ത ചോക്ക്
പൊടിച്ച വാക്ക് കണ്ടു.
'വാക്യത്തിൽ പ്രയോഗിക്കുക -പിഴ '

(2020)

എന്റെ കവിത, നിന്റെയും!

ഈ ജാലകത്തിനേകാന്ത
മറക്കുള്ളിലിരുന്നു ഞാനെഴുതുന്നു,
അങ്ങൊരു ജനസാഗരത്തിൻ
നടുവിലിരുന്നു നീയും.
മുറ്റിനിൽക്കുന്നൊരെ-
ന്നാത്മനൊമ്പരം
മെല്ലെമെല്ലെ വാക്കുകളായ്
ചിതറി വീഴുമ്പോഴെൻ
കവിത പിറക്കുന്നു.
അലതല്ലുമിക്കൂട്ടത്തിൻ
നടുവിലും
മനമൊറ്റയായിരിക്കുമ്പോൾ
പിറക്കുന്നു നിൻ കവിത.
ഇന്നീ കവിക്കൂട്ടായ്മ-
യിലേക്കൊരുൾക്കൂട്ടായ്
ഞാൻ കൂട്ടിയൊരെൻ
കവിത,
താഴില്ലാത്തൊരാ
ഡയറിയിൽ നിന്നെടുത്തു
നീ വായിക്കുമ്പോൾ,
ഓർത്തുപോവുകയാണു
ഞാനിത്തിരി വിയർപ്പോടെ..
ഒറ്റക്കിരിക്കുമ്പോളൊറ്റയല്ലെ-
ന്നോർമിപ്പിച്ചോമനയായ്
വന്നും,
എന്റേയെന്നെന്നോടു കൈ
ചേർത്തിരിക്കെയും,

പരന്റെ പേപ്പറിലോട്ടു-
മൊട്ടുമേ ഭയമേശാതെ
ചാടിയോരൊറ്റകാരിയോ
ഇന്നെന്റെ കവിത!!

(2017)

എൻട്രൻസു പാസ്സാവാത്ത മകൻ

എൻട്രൻസ് ന്യൂസുകളുടെ
ന്യൂസ്പേപ്പർ കട്ടിംഗ്സിലോട്ട്
അച്ഛൻ തന്നെ സ്നേഹപൂർവ്വം
ക്ഷണിച്ചപ്പോൾ
മകനറിയില്ലായിരുന്നു,
ഇനിയങ്ങോട്ട് ഒന്നിലോട്ടും
എൻട്രി തരാതെ തന്നെ
എൻട്രാപ് ചെയ്യുന്ന
ട്രാപ്പാണീ എൻട്രൻസെന്ന്.
നിനക്കറിയുന്നതൊന്നു
കുത്തിയാൽ മതി,
ചെറുതായൊന്നു കറുപ്പിച്ചാൽ മതി
പിന്നെ നമുക്ക് നോക്കാം,
അമ്മയും പറഞ്ഞു.
അച്ഛനും അമ്മയും കോഡ്
ചെയ്തു ശീലിച്ച കുട്ടി,
പാവം കുട്ടി.
അവനും കിട്ടി അങ്ങനെ
എൻട്രൻസ് കോച്ചിങ്ങിനൊരെൻട്രി.
കറുപ്പിച്ചാലും കറുപ്പിച്ചാലും
ഉത്തരം കിട്ടാത്ത ബബിളുകളി-
ലേക്കുർന്നിറങ്ങുമ്പോൾ
വെറുതെയെങ്കിലും കഷ്ടപ്പെട്ട്
പഠിച്ചു വേടിച്ച +2 മാർക്ക്‌ലിസ്റ്റിലെ
എ പ്ലസുകൾ കുട്ടിയെ നോക്കി
വൃഥാ ചിരിച്ചു.
ഉറക്കമിളച്ചു പഠിച്ച സ്കൂൾ

കാലവും, ഓജസ്സോടെഴുതിയ
വാർഷികപ്പരീക്ഷകളുമോർത്തവനും.
റിസൾട്ട് വന്നു.
കുട്ടി എൻട്രൻസ് പാസ്സായില്ല.
കൊണ്ടുനടന്നു പരീക്ഷയെഴു-
തിച്ച അച്ഛനെ എല്ലാരും
പൊട്ടനെന്നു വിളിച്ചു,
പാസ്സാവാത്ത മകനെ
അച്ഛൻ മണ്ടനെന്നും.
ബി പ്ലസുള്ള അപ്പുറത്തെ
രാഘവന്റെ മകന്റെ
മെറിറ്റ് റാങ്കോർത്തപ്പോൾ
അച്ഛനും അമ്മയ്ക്കും
പുറത്തിറങ്ങാൻ തോന്നാതായി.
എൻട്രൻസെഴുതിയ കുട്ടി
പാവം കുട്ടി.
എൻട്രൻസ് പാസ്സാവാത്ത
കുട്ടിക്കെങ്ങനെ പ്ലസ്ടുവിൽ
ഫുൾ എ പ്ലസ് കിട്ടി??
നാട്ടുകാർക്കും ന്യായമായ
സംശയം!!
അലോട്ട്മെന്റ് വന്നു.
ഇന്റർവ്യൂ വന്നു.
മെറിറ്റ് ലിസ്റ്റിലില്ലാത്ത കുട്ടി,
മണ്ടൻ കുട്ടി.
അവനു അലോട്ട്മെന്റുമില്ല,
സീറ്റുമില്ല.
ചേരാൻ കോളേജുമില്ല.
കുട്ടിക്കും തോന്നി,
താനൊരു മണ്ടനാണോ??!!
റാങ്കില്ലാത്ത മണ്ടൻകുട്ടി,
സീറ്റില്ലാത്ത,
എൻട്രൻസ് ടെക്നിക്കറിയാത്ത
കുട്ടി,
പഠിച്ച പാഠങ്ങൾ മറന്നുതുടങ്ങി.
പഠിച്ച പുസ്തകങ്ങളെല്ലാം

ഒ.എം.ആർ ഷീറ്റുകളായി.
അവസാനം പ്ലാസ്റ്റിക്
കയറിനറ്റത്തെ ബബിളിലേക്ക്
കുട്ടി ഊർന്നിറങ്ങി.
ഒടുക്കത്തെ എൻട്രൻസെങ്കിലും
പാസ്സാവാൻ.
ഞാന്നുകിടന്ന കാലിനടിയിൽ
അതുവരെ പഠിച്ച പുസ്തകങ്ങളെല്ലാം
കറുത്ത ബബിളുകളായിക്കിടന്നു,
ഒപ്പം ചാരമായൊരാ എ പ്ലസ്
മാർക്ക്ലിസ്റ്റും.
വിവരമറിഞ്ഞപ്പോൾ എൻട്രൻസ്
പാസ്സാവാത്ത മകനെയോർത്ത്
അച്ഛനമമ്മയും തലതല്ലിക്കരഞ്ഞു.
അപ്പഴും നാട്ടുകാര് പറഞ്ഞു,
'പണ്ടേ ബുദ്ധി ഇത്തിരി
പിന്നാക്കാന്നാ കേട്ടേ....'

(2012)

നീയില്ലാതെ..

ഇനിയൊരു രാവ് പുലരുമ്പോൾ
ഇനിയും ഋതുക്കളകലുമ്പോൾ
നീയില്ലെന്നറികെയീയമരകാവ്യം
വരി മറന്നീടുന്നു..
ഇരുളിലെ മോഹങ്ങൾ
കരളിൽ നുരയുന്നു.
കടലിലൊരു ചിപ്പിപോലീ-
ലഹരിതൻ കൗതുകം
ദേഹി തേടുന്നു.
ഓർമ്മകളിരമ്പുന്നു,
പാനപാത്രങ്ങൾ നിറയുന്നു,
ശൂന്യതയിതാരോ
പകർന്നുകൊണ്ടേയിരിക്കുന്നു...

(2017)

ഇരുൾ

ചിറ കെട്ടിയ നിശാഹൃദയത്തിൽ
നിന്നുമൊരു നിശിചാരിയായി ഞാൻ.
ദിശാബോധങ്ങളകലെ,
കാലചക്രക്കണക്കുകളുമകലെ.
കരിമ്പാറകളുമീക്കരിയിലകളു-
മീയിരുളിലൊന്നായി.
ഇരുട്ടുമാത്രമീച്ചുറ്റും
ഞാനുമൊരിരുൾപ്പിറാവായ്.
ചില്ലകളില്ല ഒതുങ്ങുവാൻ
ലക്ഷ്യങ്ങളില്ലെനിക്കു
പറന്നണയുവാനും.
ഈ വഴിയിലൂടെത്രയോ
പാദങ്ങൾ, ഞാനുമവരി-
ലൊരിരുട്ടായി.
കാണാതെ പോകയാണു
നാമിക്കൂരിരുട്ടിൻ
കരിമ്പടത്തിലൊളിക്കെ, പുലരി
വന്നാലുമീ തെരു ചുമന്നാലും.
ഇരുളിലാണു നാമിനിയൊരിക്കലു-
മന്യോന്യം കാണുവാനാകാതെയീ-
യിരുട്ടിൻ വഴികളിൽ.
ആർത്തലക്കയെങ്കിലുമീ
ശബ്ദങ്ങൾ അന്യകർണം
പൂകാതെ.
ശബ്ദിക്കയില്ലാത്തൊരാത്മാവും
പരി കൊട്ടിയടച്ചൊരാ
ഹൃദയവുമായിക്കരിമ്പടത്തിൻ
കീഴിലാ സത്യത്തിൻ
വായ്പൊത്തി നീങ്ങുമ്പോൾ

എന്റെയുള്ളിലും ഇരുൾ
നിറയുന്നു,
എന്റെയിക്കൺകളും ഭയത്താൽ
ഇരുളുന്നു.
വെട്ടിക്കൊലപ്പെടുത്തിയൊരീ
സത്യത്തിൽ നിന്നെന്റെ
പുതപ്പിലേക്കും ചെഞ്ചോര
പടരുന്നു.
ഇരുളേ നീ പുലരിയായ-
തെപ്പോൾ??

(2015)

ഓർമ്മകൾ

ഓർമ്മകളാണൊത്തിരി!!
ഓടിയ കനവുകൾ പോലും
പാഴ്മരത്തടിമേൽ
ചാഞ്ഞുകിടക്കുന്നു.
ഒത്തിരിയെന്നാകിലും
ഒത്തുപിടിക്കുമ്പോളവ
മൂന്നക്ഷരത്തിൽ തൂങ്ങിക്കിടക്കുന്നു-
ഓർമ്മയോ? നഷ്ടമോ?!!.
പണ്ടത്തെയോർമ്മകൾ
സ്വപ്നങ്ങളാർന്നുപോൽ,
ഇന്നത്തെയോർമ്മകള-
തിന്റെ നഷ്ടങ്ങളും.
കനവിൽ കണ്ടതും
കരളിൽ കൊണ്ടതും
കണ്ണു നനഞ്ഞതും
കാമ്പു തളിർത്തതുമെ-
ല്ലാമോർമ്മ തന്നെ.
ഒറ്റയതാക്കുന്ന നിശബ്ദത
ഓടിയണഞ്ഞെന്നെ
പുൽകുമ്പോളീ
വഴിത്താരയിലേകനായ്
പ്രാഞ്ചി നടക്കുമ്പോൾ
ഇന്നത്തെ സർവ്വവും
മായുന്നു, ഈ വഴികൾ
വരമ്പുകളാകുന്നു.
ചിതറാതെ കിട്ടുവാനൊ-
ക്കുകില്ലപരി ചിതൽ
തിന്നാതെ കിട്ടാനും
കഷ്ടമാണ്.

എന്നിരുന്നാലുമീ
ജീവിതമിതങ്ങനനങ്ങാ-
തിരിക്കുമ്പോൾ
ചിതറിയതെങ്കിലും
ചിതലരിച്ചതെങ്കിലു-
മതിലൂടെ ചരിക്കുവാ-
നൊത്തിരി മോഹം.

(2014)

തടവറയ്ക്കുള്ളിൽ നാം

ഒരു കാലമതിൽക്കെട്ടങ്ങനെ
നിൽക്കുമ്പോൾ
ഏകാന്തമീകാലമറയ്ക്കിരുപുറം
വീണ്ടും നാം!
നിഴലും നിസ്വനങ്ങളും
പിന്നെ നിന്നോർമ്മയുമു-
ഷസ്സോടു പരിഭവിക്കുന്നൊരെൻ
സ്വപ്നവും.
കനവുകൾ കടലായ് വരുമ്പൊഴീ
കന്മതിലോടു ചേർന്നു ഞാൻ
നിന്നെ പുണരുന്നു.
ഘനമാ കാലൊച്ച, പ്രശാന്തമാ
ശ്വാസവീചികൾ...
അതു നിന്റേതെന്നറിയുമ്പോൾ
വേർപ്പെടാനാകാതെ
ഞാനുമീ
മതിലോടു ചേരുന്നു.
ഒരേ ശ്വാസങ്ങളാണപ്പുറവു-
മിപ്പുറവുമെന്നു ഞാൻ
വെറുതേ
ആശ്വസിക്കുമ്പോൾ
ഒരു നേർത്ത പാട്ടിലെൻ
ശോകഗീതികളലിയുന്നു.
ഇരവിലും പകലിലും
കാണുന്ന ബിംബങ്ങളെനിക്കു
നാം പ്രണയികൾ
തന്നെയായിടുന്നു.
ഓരോ നിഴലിലും ഞാൻ
നിന്നെ പുണരുന്നു..

ഇനിയീ നിഴൽക്കളി
വിട്ടു നീ പോകുമ്പോൾ,
ഈ മതിലോടു ചേർന്നു
ഞാനതു കാണുമ്പോൾ,
മമ ഹൃദയവും, താപവും,
ഗീതവും ശോകവും
നിൻകൂടെ പ്രാഞ്ചിയകലുമ്പോൾ,
വീണ്ടുമൊരു നരച്ച വെയിലിലിലായ്
നിഴലില്ലാത്തൊരീ ഞാൻ
പൊള്ളിയടരുന്നു..

(2016)

കുപ്പിയിലടച്ച പെൺകുട്ടി

അവളൊരു സാധാരണ പെൺകുട്ടിയായിരുന്നു.
എപ്പോഴും ചിരിക്കുന്ന,
നിറയെ സംസാരിക്കുന്ന,
ഏതൊരു പെണ്ണിനേയും പോലെ
ഏതിട്ടാവട്ടത്തിലും പറയാനേറെ
കഥകളുള്ള പെൺകുട്ടി...
ആദ്യം അയാളവളെ തന്റെ
പ്രണയമകുടിയൂതി കുപ്പിയിലിരുത്തി.
സുതാര്യമായ ഒരു ചില്ലുപാത്രത്തിലെ
വെളുത്ത പൂക്കൾ പോലെ
അവളതിനുള്ളിൽ വിടർന്നിരുന്നു.
അയാളുടെ രാവും പകലും
അവളതിലൂടെ കണ്ടു.
അവളോടുള്ള പ്രണയം വിവശമാക്കിയ
അയാളുടെ ചാരക്കണ്ണുകളിൽ
അവൾ ഓരോ പാതിരാവിലും
ഉമ്മവെച്ചു.
ഒരു കുഞ്ഞിനെയെന്നപോലെ
അയാളുടെ നെഞ്ചിൽ
ചുരുണ്ടുകിടന്നു..
അയാളവളോട് യാത്രകളെക്കുറിച്ചും,
പ്രണയത്തെക്കുറിച്ചും സംസാരിച്ചു...
അവളില്ലായ്മയിലെ ഏകാന്തതയെ-
പ്പറ്റി നിരന്തരം ഓർമ്മിപ്പിച്ചു.
അവർക്കുണ്ടാകുന്ന കുഞ്ഞിനെ,
അവരുടെ പ്രണയത്തെ
അയാൾ പേരുവിളിച്ചു.
ആ കുഞ്ഞിനെയെന്നപോലെ
അയാളവളെ താലോലിച്ചു.

അവളില്ലാത്തിടങ്ങളിൽനിന്നു
ശ്വാസം നിലച്ചവനെപ്പോലെ
അയാൾ ഓടിവന്നു.
അവളുടെ ഓരോ സിരകളിലും
അയാളുടെ പ്രണയരക്തം നിറഞ്ഞു.
പ്രണയിക്കപ്പെട്ട പെൺകുട്ടി
അയാളിൽ ലോകം കണ്ടു.
പോകുന്നിടത്തെല്ലാം അയാളാ കുപ്പിയിൽ
അവളെ കൊണ്ടുപോയി.
അവൾക്കു സന്തോഷിക്കാൻ
അയാളതിൽ വാടാർമല്ലിപ്പൂക്കൾ നട്ടു.
കുട്ടി പ്രണയിക്കപ്പെട്ട പെണ്ണായി!!.

പ്രണയം മുറുകിയപ്പോൾ
അയാൾ കുപ്പിയുടെ അടപ്പു
മുറുക്കി.
രാവുകളിൽ മാത്രം വരുന്ന അയാളെക്കണ്ട്
അവളർത്ഥമില്ലാതെ വരണ്ടുകിടന്നു.
അയാൾ പിന്നീടൊരിക്കലും ആ കുപ്പി
കൂടെ കൊണ്ടുപോയില്ല.
അയാളെയറിയുന്നവരാരും പിന്നെയവളെ
കണ്ടില്ല...
അയാളവളെ ഇരുട്ടുകൊണ്ട് പൊതിഞ്ഞു.
കള്ളങ്ങളുടെ ആയിരം
താഴിട്ടുപൂട്ടിയ പാത്രത്തിൽ
പെൺകുട്ടി ഒറ്റയ്ക്കായി.
അയാളവളെ ശ്രദ്ധിച്ചതേയില്ല.
ജനവാതിൽ പാളിയിലൂടെ
വന്ന നേരിയ നിലാവെളിച്ചത്തിൽ
കുട്ടി പ്രണയിക്കപ്പെട്ട തന്നെയോർത്തു.
ഒരു പെണ്ണിന്റെ പ്രണയം!!
കുട്ടിയുടെ സിരകളിലെ
പ്രണയരക്തം കറുത്തുതുടങ്ങി.
ഉണങ്ങിയ, നിറംമങ്ങിയ
വാടാർമല്ലിയിതളുകൾ തണ്ടിൽ
നിന്നുയർന്നുപറന്നവളുടെ ചങ്കിലിരുന്നു.

അവൾക്ക് ശ്വാസംമുട്ടി.
വിഷാദത്തിന്റെ വിഷം തീണ്ടി
പ്രണയിക്കപ്പെട്ട പെൺകുട്ടി വാടിക്കിടന്നു.
ആരും വരാനില്ലാത്തൊരിരുളിൽ
ചോദ്യങ്ങൾ മുറിഞ്ഞ്,വാക്ക് തളർന്ന്
പെൺകുട്ടി മരിച്ചുപോയി.
അവളുടെ ശ്വാസത്തിൽ ചതിയുടെ
ചാരപ്പുക കലർന്നിരുന്നു.
അടിത്തട്ടിൽ അടിഞ്ഞുകിടന്ന
അവളുടെ ജീർണിച്ച ദേഹം
കത്തിയിളക്കി അയാൾ വളമാക്കി
മാറ്റി..
അതിന്റെ ചാരം കൊണ്ടയാൾ
തന്റെ മകുടി മിനുക്കി.
ഉള്ളിൽ വിത്ത് പടർന്ന പെൺകുട്ടിയൊരു
വാടാർമല്ലിയായി പുനർജ്ജനിച്ചു...
വെളുത്ത ചില്ലുപാത്രം വാടാർമല്ലികൾ
കൊണ്ടുനിറഞ്ഞു.
അയാൾ പുതിയ കുട്ടിയെ കൊണ്ടുവന്നു കുപ്പിയിലിട്ടു.
സന്തോഷമുള്ള, എപ്പോഴും ചിരിക്കുന്ന
പുതിയ പെൺകുട്ടി.
കഥയറിയാത്ത, വാടാർമല്ലിപ്പൂവിനെയ-
റിയാത്ത പുതിയ പെൺകുട്ടി.

(2022)

കടലിലുറങ്ങുന്നവർ

അകലെ നിന്നൊരു മഴക്കാറ്റു വന്നു,
അലറും കടലതു കാത്തുനിന്നു.
കരയും കടലും കൈകോർത്താർക്കുമ്പോ-
ളതു കാണാനായ് നിങ്ങളീ കരയിൽ വന്നു.
ഓരോ അലയും ആർത്താർത്തുയരുമ്പോ-
ളാമോദത്തോടെ നിങ്ങൾ നോക്കിനിന്നു.
രസമതീതീരത്തെ ജീവിതം, അതൊന്നു
മാത്രമെന്നു പലകുറി പലരും ചൊല്ലി.
ഇനിയും വരുമെന്റെയാശ തീർന്നില്ലെന്നു
നിങ്ങൾ ചൊല്ലിയപ്പോഴും ഞാൻ കേട്ടുനിന്നു.
പെരുവെള്ളമതു പെയ്യുമ്പോൾ മക്കളെ വാരി-
പ്പുണർന്നു സ്കൂൾതിണ്ണ പൂകിയതതോർമ്മ വന്നു.
ഉടുതുണിപോലും ഒഴുകിനീങ്ങുമ്പോൾ
ഈറനൊരൊറ്റത്തുമ്പിൽ
നാണം മറച്ചതതോർമ്മ വന്നു.
അരിയില്ല, കലമില്ല, മേൽക്കൂരയില്ലാത്തി-
ക്കുടിലിലേക്കു തിരിച്ചുവന്നപ്പോൾ
കടൽ തിന്ന ചുമരിന്റെ ബാക്കികണ്ടു.
അടിഞ്ഞുകൂടിയൊരാ ചളിക്കുനയിൽ
നിന്നെത്തി നോക്കുന്ന ചിപ്പിയതി-
ലെന്റെയടുത്ത പലായനം കണ്ടു.
എങ്കിലും പോകുവാൻ വയ്യയീ
തീരംവിട്ട്, മനസ്സിൻ
നേരറിഞ്ഞ മണ്ണിതല്ലോ..!
പിന്നെയും പോകുവാൻ വയ്യയീ
തീരംവിട്ട്, നിങ്ങളിനിയുമീ
തീരത്താശ തീർക്കാൻ വരുന്ന-
തെനിക്കു കാണണ്ടായോ?!

ഈ തീരമതിൽ ജനിച്ചതെന്റെ
ഭാഗ്യമതെന്നു കേൾക്കണ്ടായോ?!
കർമ്മപാശത്തിൻ ഉപ്പീ സിരകളിൽ
നിന്നു മണ്ണടിയേണ്ടയോ?!
വാഗ്ദാനത്തിൻ ഭിത്തികളിലെൻ
തല കല്ലായ് ചേരേണ്ടയോ?!

(2009)

ഞാനും നീയും...

നീ; രാത്രിയിൽ ഞാൻ മാത്രം കേൾക്കുന്നൊരാ
ചിലങ്കയുടെ സ്വരം...
കാണാതെ ഞാനറിഞ്ഞൊരാ ശക്തി...
ഇനിയും മറന്നിട്ടില്ലാത്തൊരാ
വരുത്തുപോക്കുകൾ...
തണുത്തുറഞ്ഞൊരാ പാലതൻ
സുഗന്ധം...
ഞാൻ; രാത്രിയുടെ മൂന്നാംയാമത്തിൽ
നിന്നു നീ ഇറങ്ങിപ്പോകുന്നൊരാ
ആളൊഴിഞ്ഞ ക്ഷേത്രം;
ആരവങ്ങളില്ലാത്ത പ്രതിഷ്ഠ!

(2019)

ഗുരു

ഇനിയും വിടരണം
ഇനിയും പുലരണം
കൈക്കുടന്നയിലെടുത്തെന്നും മുകരണം
ഈയുള്ള കാലമൊരു കൈത്തിരിയായ്
തെളിയണം

ഒഴുകിയുണരണം
ഒളിയലകൾ മിന്നണം
ഒഴുകുന്ന വഴികളിൽ
പലനാമ്പു തെളിയണം

ശാന്തമായ് അലയണം
നാദമായ് പൊഴിയണം
വിടരുമാ മൊട്ടുകളിൽ
ആശ നിറയ്ക്കണം

വളരും വിദ്യയതു വചസ്സിൽ
നിറയ്ക്കുവാൻ
പ്രകൃതിയും സ്നേഹവും
കൂടെ വേണം

പകരും അറിവിനെ
ഫലവത്തായ് മാറ്റുവാൻ
മമ ധർമ്മമെന്നും
മനസ്സിൽ വേണം
അറിയുമ്പോൾ നിറയുമ്പോൾ
പകരുമ്പോൾ പൂത്തുലയുമ്പോൾ
ഭൂ തന്നെയായിടേണം

കണിമലരുകൾ കൺമുന്നിൽ
കളവതു കാട്ടുമ്പോൾ
കനിവോടെ അകത്തിരി
തെളിച്ചിടേണം, തനി
കാണുന്ന ദൈവമതായിടേണം

ഉണരും മുളകളിൽ ഉറങ്ങും
പൂക്കളും നല്ലിലകളും
പണ്ടേ കണ്ടിടേണം
വഴി തുടരുവാൻ പകുക്കുവാൻ
പടുക്കുവാൻ പകരുവാൻ
തുണയായി നിന്നിടേണം

തെളിവിനായ് മുത്തിനെ
ഉരുവം ചെയ്തെടുക്കുമ്പോൾ
നീയും മുത്തായിരുന്നകാല-
മതങ്ങനെയിന്നും മനസ്സിൽ വേണം

ഗുരുവെന്നോരോ വിളിയും
മുഴങ്ങുമ്പോളകക്കാമ്പു പിന്നെയും
എളിമയാൽ നിറഞ്ഞിടേണം

(2011)

നീയെന്ന സൂര്യൻ

നിന്നോളം ഒരു സൂര്യനുമെന്നെ
പുണർന്നിട്ടില്ല.
ഈ എരിവെയിലിലും
ഞാൻ കാണുന്നത് നിന്നെയാണ്.
കാലുകൾ പൊള്ളിയടരുമ്പോഴും
നീ ചൂടുതന്നയീ നിലം വിട്ട്
ഞാനെങ്ങും പോയിട്ടില്ല..
എന്റെ രക്തം വറ്റിത്തുടങ്ങിയേക്കാം.
ഈ മാംസം നീ ബാക്കിവെച്ച
വിരക്തിയിൽ വെന്തടർന്നേക്കാം.
നിന്റെ ചൂടിൽ ഉരുകിത്തീരുവാനല്ലാതെ,
നിന്റെ പ്രണയത്തിൽ വറ്റിവരണ്ടിട്ടല്ലാതെ,
ഇനിയൊരു മരണവും എന്നെ
കാത്തുനിൽക്കുന്നില്ല...
നിന്റെ യാത്രയിൽ,
നിന്റെയർബുദത്തിൽ,
നിന്റെയോരോ നിമിഷങ്ങളിലും
ഞാൻ വീണ്ടും കാത്തുനിൽക്കും.
നിനക്ക് നഷ്ടപ്പെട്ട കേവലം
വാക്കുകളുമായി നീ പടിയിറങ്ങിപ്പോയെങ്കിലും
നിന്റെ വാക്കുകളപ്പാടെ
വിഴുങ്ങിയൊരെന്റെ മനസ്സ്
നീയൊഴിച്ച തന്നൊരാ ഉമിത്തീയിൽ
ഇന്നും വെന്തെരിയുകയാണ്..
എന്റെ നഷ്ടങ്ങൾ കൊണ്ടതിനെ
ഇന്നും ഞാൻ കെടാതെ കാക്കുന്നു..
നിന്റെ കള്ളങ്ങൾക്കുപോലും
എന്തൊരു ചൂടാണ്!!

എന്റെ സ്വപ്നമേ, നിന്റെയീ
തീയെ ഞാൻ പ്രണയിക്കുന്നു..
നീയെരിയിച്ച ചാരമാക്കിയ
എന്റെ സ്വപ്നങ്ങളെ,
ജീവിതത്തെ,
ഞാനെന്നവളെ,
ഇന്നും ആറാത്തൊരാ തീയ്ക്കു
വിട്ടുകൊടുത്ത് ഞാനെന്റെ
പ്രണയത്തെ
ജ്വലിപ്പിച്ചുകൊണ്ടേയിരിക്കുന്നു.

(2021)

പാസ്സ്‌വേഡുകളുടെ ലോകം

ഇത് പാസ്സ്‌വേഡുകളുടെ ലോകമാണ്.
പട്ടിണിക്കും പാസ്സ്‌വേഡുള്ള ലോകം.
ജനിച്ചയുടനെ അമ്മക്കുട്ടനെന്നോട്
ചോദിച്ചത് അവന്റെ പാസ്സ്‌വേഡായിരുന്നു.

മാങ്ങ പൊട്ടിക്കാൻ ചെന്നപ്പോൾ
മാവിനും വേണം പാസ്സ്‌വേഡ്.
മുത്തച്ഛൻ നട്ട മാവായതിനാൽ
പാസ്സ്‌വേഡ് മുത്തച്ഛന്റെ കയ്യിലായിപ്പോയി.
ഒടുവിൽ മുത്തച്ഛന്റെ അനിയത്തിയെ
തേടിപ്പിടിച്ച് ഒരു ലിങ്കുണ്ടാക്കി
മാവിൽ കയറി മാങ്ങ ഒപ്പിച്ചപ്പോഴേക്കും
അരച്ച ചമ്മന്തിയാക്കാൻ മിക്സിയും
ചോദിച്ച പാസ്സ്‌വേഡ്!!.
അവസാനം കയ്യാലയിലുപേക്ഷിച്ച
അമ്മിയാണ് പാസ്സ്‌വേഡില്ലാതെ
കാര്യം സാധിച്ചുതന്നത്.

കുളിക്കാൻ വേണ്ടി ഡ്രെസ്സെടുക്കാൻ
അലമാര തുറക്കാൻ നോക്കിയപ്പോൾ
അവിടെയും എന്റർ യുവർ പാസ്സ്‌വേഡ്!!.
അവസാനം ബാത്റൂമിന്റെ
പാസ്സ്‌വേഡിനെ ഭയന്ന്
അയയിൽ കിടന്ന കൈലിയു-
മെടുത്ത് കുളക്കടവിൽ
പോയാണ് കുളിച്ചത്.

പുറത്തിറങ്ങാൻ വേണ്ടി
ചെരുപ്പെടുത്തിടാൻ നോക്കിയപ്പോൾ
അതിനുമുണ്ട് ബയോമെട്രിക് ലോക്ക്.
അച്ഛൻ തന്റെ ചെരുപ്പിൽ അഴക്കാ-
ക്കാതിരിക്കാൻ മകന്റെ സർപ്രൈസ്!!
ഗേറ്റടച്ച് തിരിഞ്ഞപ്പോൾ
ഗേറ്റ് കരഞ്ഞുതുടങ്ങി.
അവനെ സൈൻഔട്ട് ചെയ്യാൻ
ഭാര്യയെ പറഞ്ഞേൽപ്പിച്ച്
പുറത്തിറങ്ങുമ്പോൾ
റോഡുകളെമ്പാടും പാസ്സ്‌വേഡ്
കുട്ടൻമാരുടെ വലിയ ജാഥ.
പാസ്സ്‌വേഡില്ലാത്ത ഭരണകൂടം
രാജിവെക്കണം പോലും!

തിരക്കിൽ നിന്നൂർന്നിറങ്ങി
മാർക്കറ്റിലെത്തി.
വീട്ടിൽ നിന്നാവോളം പൊട്ടിക്കാൻ
കഴിയാതെപോയ മൂവാണ്ട-
നെയോർത്ത് ഇത്തിരി
നീലനും കിളിച്ചുണ്ടനും
വാങ്ങി കവറിലിട്ടതും
കടക്കാരൻ അതിനും പിടിപ്പിച്ചു-
തന്നു ഒരു ബയോമെട്രിക് ലോക്ക്.
'ഇതല്ലേ സാറേ ഒരു രീതി.. ഏത്!!.'
പാൻകാർഡിട്ടു നോക്കിയപ്പോൾ
ഭാഗ്യം അതാരും ചൂണ്ടിയിട്ടില്ല.
കൂടുതൽ പാസ്സ്‌വേഡോർക്കാൻ
മടിച്ച് വീട്ടിലോട്ട് തിരിച്ചു-
നടന്നപ്പോൾ കണ്ടു,
വീട്ടുമുറ്റത്ത് ഭാര്യ കരഞ്ഞു-
കൊണ്ടു നിൽക്കുന്നു.
അവൾ ഗേറ്റിന്റെ പാസ്സ്‌വേഡ്
മറന്നുപോയിപോലും.
അകത്തുകേറാൻ നിവർത്തിയില്ല!

മതിലുചാടാൻ നോക്കിയെങ്കിലും
പാസ്സ്‌വേഡിട്ടപ്പോളങ്ങു ഹൈടെക്
ആക്കി ചെയ്യതിനാൽ
മതിലങ്ങൊന്നൂടങ്ങുയർന്നു നിന്നു.
അവളെ വാക്കാൽ സമാധാനി-
പ്പിച്ചു കൊണ്ടു ഞാൻ തിരിഞ്ഞുനടന്നു.
ഹാക്ക് ചെയ്യാനറിയുന്ന ആരെയെങ്കിലും
കിട്ടുവോയെന്നു നോക്കട്ടെ...!

(2012)

നീ കാണാതെ പോയ പ്രണയം

അകലെ നിന്നീ സന്ധ്യ
കാണുന്ന നീയും,
അകലങ്ങളിലിന്നുമെൻ
പ്രണയം തിരയുന്ന ഞാനും,
അറിയാതെ ചോദിച്ച
പോകയാണിന്നും;
പറയാതെ പോയൊരെൻ
പ്രണയമിപ്പോഴുമിക്കടലിൽ
അലയുന്നുണ്ടോ?
ഒരു തിരയായെങ്കിലും നീയതിനെ-
യറിയുന്നുണ്ടോ?!

(2017)

ഭ്രാന്തനെഴുതിയ കവിത

ഒരിടത്തൊരു ഭ്രാന്തനുണ്ടായിരുന്നു.
മാറ്റിയാലും മാറാത്ത ഭ്രാന്തുള്ള ഭ്രാന്തൻ.
അച്ഛനുമപ്പൂപ്പനുമങ്ങനനേകം
തലമുറ ഭ്രാന്തിന്നു പേരുകേട്ടോർ.
വരിതെറ്റുന്ന ഉറുമ്പുകളെ
വരിയിൽ കേറ്റലായിരുന്നു
ഭ്രാന്തനു രസം.
ഒരിക്കൽ പഠിക്കാനിരുത്തിയ
കുട്ടിയുപേക്ഷിച്ച അക്ഷരങ്ങളെ
ഭ്രാന്തൻ കണ്ടു.
വഴിതെറ്റിയോരുറുമ്പുകളെന്നു കരുതി
ഭ്രാന്തനവയെ അടുക്കി.
പുതിയ ഉറുമ്പുകളുടെ സൗന്ദര്യം
ഭ്രാന്തന് ബോധിച്ചു.
വളവും തിരിവും കുനുപ്പും
എടുപ്പും കണ്ട്
ഭ്രാന്തനു ഹരംകേറി.
തന്റെ ഭ്രാന്തിനനുസരിച്ച-
വയെ തിരിച്ചും
മറിച്ചുമടുക്കി, ഭ്രാന്തൻ
ഭ്രാന്തിന്റെ
ഉച്ചിയിലെത്തി.
അക്ഷരങ്ങളെ കളഞ്ഞതിന്
അമ്മയുടെ തല്ലുകൊണ്ട്
കരഞ്ഞുകൊണ്ടു വന്ന
കുട്ടി
ഭ്രാന്തന്റെയക്ഷരങ്ങൾ
കണ്ടന്താളിച്ചു.

അമ്മ വന്നു,
അച്ഛൻ വന്നു,
മാലോകരെമ്പാടും വന്നു.
ഭ്രാന്തന്റെ കവിത നാടറിഞ്ഞു..
ഉണ്ണാൻ പോയ ഭ്രാന്തനെ നാട്ടുകാർ
ഓടിപ്പിടിച്ച് പട്ടുടുപ്പിച്ചു.
ഭ്രാന്തൻ കവിയായി.
ഭ്രാന്തന്റെ ഭ്രാന്ത്
ഭ്രാന്തനൊഴികെ എല്ലാരും മറന്നു!
ഭ്രാന്തൻ കവിതയെഴുത്തു തുടർന്നു..

(2015)

തിരിഞ്ഞു നടത്തം

നിന്നെയോർക്കേ എനിക്കിവിടെ
നിറഞ്ഞ പൂപ്പാത്രങ്ങളോ
അലസമായൊഴുകുന്ന
ഇളംനീല കർട്ടനുകളോ ഇല്ല.
തുക്കാതെയും തുടക്കാതെയും
ഞാൻ കൂട്ടിവെച്ച വിരഹബാഷ്പത്തിൽ
പടർന്ന പച്ചപ്പായൽ
എന്റെ ഹൃദയഭിത്തിയിൽ നിന്നുമിറങ്ങി
ഈ മുറി നിറയെ പടർന്നിട്ടുണ്ട്.
അതിൽ ഞാൻ ചുരണ്ടിയ എന്റെയും
നിന്റെയും അകന്നുമാറിയ പേരുകൾ
നമ്മളെന്നപോലെ ശോഷിച്ചിരിക്കുന്നു.
നീ അവസാനമായി വലിച്ചെറിഞ്ഞു
പൊട്ടിച്ച എന്റെയാ പ്രിയപ്പെട്ട
ചായക്കോപ്പയുടെ കഷ്ണങ്ങൾ
അതുമാത്രം,
അതുമാത്രം ഞാൻ എടുത്തുവെച്ചിട്ടുണ്ട്.
നിന്നിലേക്ക് തിരികെ വരണമെന്ന്
തോന്നുമ്പോഴെല്ലാം ഞാൻ അതെടുത്തു
നോക്കും...
പിന്നീട് ദേഷ്യം മാറിയപ്പോൾ നീ തുടച്ചു-
കളയാൻ നോക്കി പരാജയപ്പെട്ട,
എന്റെ പ്രണയം പോലെ നനുത്ത
ചായക്കറ പടർന്ന ആ ഭിത്തിയിൽ
എന്റെ വിരലുകളെത്തും.
അവിടെ ചോരപ്പാടുകളിലെന്നപോലെ
നിഴലിക്കുന്ന എന്നെ ഞാൻ കാണും...

നീ തെറിപ്പിച്ച ചതിയുടെ ചോരക്കറ
തുടച്ചുകളഞ്ഞ്
ഞാൻ അപ്പോൾ എന്നിലേക്ക്
തന്നെ മടങ്ങും.

(2021)

മഴക്കാല സന്ധ്യ

നിനവിൻ ഇടവഴികളെല്ലാം തന്നെയീ
തുലാവർഷത്തിൻ കീഴിൽ അമർന്നുപോയ്,
കരിയിലകൾ പൊങ്ങിക്കലഹിക്കുന്നില്ലിവിടം
എങ്ങും പതിഞ്ഞ ശ്രുതികൾ മാത്രം.
തോട്ടുവരമ്പിലും പാടത്തിൽ ചേറിലും
തിങ്ങുന്ന കൊറ്റികൾ പാറിപ്പോയെങ്ങോ-
യിരിക്കുകയായിരിയ്ക്കാം.
ഈറൻ മേഘങ്ങൾ രാവിൻ വരവിനെ-
യോർത്തു നാണിച്ചെങ്ങോ ചിരിച്ചിരിയ്ക്കാം.
പാടത്തിൻ വരമ്പിലായോടിക്കളിയ്ക്കും
കാലമോർത്തു പൊത്തുകളിൽ
കുത്തിയിരിക്കുന്നു കുളീരം.
സ്വച്ഛമായ് മണ്ണിൽ പുതഞ്ഞുകിടക്കുന്നു
കാൽപ്പാടുകൾ പോയകാലത്തെ ഓർമ്മിപ്പിച്ച്.
മെല്ലെയായ് വീശുന്ന മാരുതൻ തൻ
ഗതിയിലായ് നീങ്ങുന്നു സായാഹ്നയാത്രികർ.
കുളിരിൽ മൂടിപ്പുതഞ്ഞു കിടക്കുമീ
മണ്ണിൽ നിന്നുതിരുന്നു പാറ്റകൾ വേഗമായ്.
പതിഞ്ഞ മണ്ണിൻ തീരത്തെ ചുംബിച്ചു
ശാന്തയായ് ഒഴുകുന്നു നദീദേവി...
എന്തേ സന്ധ്യയിത്ര മൂകയായ്?
തൻ ശോണിമയെ കട്ടെടുത്ത മാരിയോടു
സന്ധ്യ പിണങ്ങിയിരിക്കുകയായിരിയ്ക്കാം!

(2008)

സമൂഹം വളർത്തിയ കുട്ടികൾ

കുട്ടികൾ അന്നും കൂട്ടുകാരായിരുന്നു.
അച്ഛനും അമ്മയും കൂട്ടുകാരായിരുന്നു.
അങ്ങനെ കുട്ടികളും കൂട്ടുകാരായി.
കുട്ടികൾ പുല്ലിലും പറമ്പിലും
കളിച്ചുവളർന്നു.
പെരുമഴക്കാലവും കൊടുംവേനലും
വന്നുപോയി.
കടലുപോൽ സന്തോഷമുള്ള
കുട്ടികൾ ആർത്താർത്തുല്ലസിച്ചു.
അവരുടെ വഴക്കുകൾ
നീർപ്പോളപോലെ പൊട്ടിപ്പോയി.
കുട്ടികൾ വളർന്നത്
തങ്ങളിൽ തന്നായിരുന്നു,
ഒരേ ഇണക്കങ്ങളും
ഒരേ പിണക്കങ്ങളും
ഒത്തിരി സ്വകാര്യങ്ങളും.

ആദ്യം നീളം വെച്ചത്
പെൺകുട്ടിയാണ്.
ആൺകുട്ടിക്കു മീശ
കുരുക്കാൻ വൈകിപ്പോയി.
അപ്പോഴും കുട്ടികൾ
കുട്ടികളായിത്തന്നെയിരുന്നു.
പക്ഷേ സമൂഹം ഒത്തിരി
വളർന്നുവളഞ്ഞു പോയിരുന്നു.
കൈകോർത്തു വളർന്ന
കുട്ടികൾ,

ഒരേ ഊഞ്ഞാലിൽ
ആടിയവർ,
കൈകോർത്തു നടന്നപ്പോൾ
ആദ്യം ശകാരിച്ചതാരാണ്??
മാമനോ, വല്ല്യമ്മയോ ,
അതോ അങ്ങേതിലെ
മുത്തശ്ശിയോ?!
പക്ഷേ ആദ്യമായി കള്ളച്ചിരി
ചിരിച്ചത് കലുങ്കിലെ ചേട്ടന്മാരാണ്.
വെറ്റിലയുടെ ചുവന്നകറയുള്ള
വൃത്തികെട്ട ചിരി.

കുട്ടികളതുവരെ തങ്ങളെ
ഭയന്നിട്ടേയില്ലായിരുന്നു.
എന്നാണ് കുട്ടികൾ തമ്മിൽ
ഭയക്കാൻ തുടങ്ങിയത്?!
ആൺകുട്ടി എന്തുകരുതുമെന്ന്
പെൺകുട്ടി ഒരിക്കലും ചിന്തിച്ചില്ല.
പെൺകുട്ടി എന്തുകരുതുമെന്ന്
ആൺകുട്ടിയും ചിന്തിച്ചില്ല.
പക്ഷേ ആളുകൾ
എന്തുകരുതുമെന്ന്
അന്നാദ്യമായി അവർ
തമ്മിൽ പറയാതെ
ചിന്തിച്ചുകൊണ്ടിരുന്നു.

ആളുകളെ ആദ്യം പേടിച്ചത്
ആൺകുട്ടിയാണ്.
കളിക്കളത്തിലെ ചോദ്യങ്ങളെ
അവൻ നേരിടാൻ തുടങ്ങിയിരുന്നു.
കൊച്ചുകൊച്ചു പിണക്കങ്ങളും
സ്വകാര്യങ്ങളും ഇല്ലാതായത് ആദ്യം
കണ്ടുപിടിച്ചത് പെൺകുട്ടിയാണ്.
പക്ഷേ പെൺകുട്ടി വീട്ടിൽ
സ്വൈര്യമായിരുന്നു.
മുത്തശ്ശി പിറുപിറുത്തത്

മൊത്തം അമ്മയോടായിരുന്നു.

മുറിപ്പാവാട ദാവണിയിലെത്തിയിട്ടും
വള്ളിട്രൗസർ മുണ്ടിലെത്തിയിട്ടും
ആൺകുട്ടിക്കും പെൺകുട്ടിക്കും
ഒന്നും തോന്നിയില്ല.
അവൾക്കവനോടും അവനവളോടും
പറയാൻ വയ്യാത്ത പലതുമുണ്ടായി.
പക്ഷേ കുട്ടികൾ തമ്മിൽ
കുട്ടികളായിത്തന്നെയിരുന്നു.
തമ്മിൽ പറയാതെ
എന്തിനെയൊക്കെയോ ഭയപ്പെട്ടു.

ഇപ്പോൾ കുട്ടികൾ തമ്മിൽ
കണ്ടാൽ ചിരിക്കുകമാത്രം
ചെയ്യുന്നു.
പഴയ ഓർമ്മകളുടെ മങ്ങിയ
ചിരി!
അകായിൽ ഇപ്പോഴും
അവരാടിയ ഊഞ്ഞാലുണ്ട്,
ചെപ്പിൽ അവരൊളിപ്പിച്ച
മഞ്ചാടിക്കുരുക്കളും.
എന്നാണിനി കുട്ടികൾ
കുട്ടികളാവുന്നത്??
ഈ സമൂഹം വളർന്നിട്ടോ?!
മരിച്ചിട്ടോ??

(2012)

എന്റെ വീണ

ഇരുളും നിലാവും
ഇണയൊത്തു പാടുമ്പോൾ
പൊട്ടിയൊരെൻ വീണക്കമ്പി
മുറുക്കി ഞാനിരിക്കുന്നു.
എത്തിനോക്കുമ്പോൾ
കാലയവനികതൻ മറ-
നീക്കിയെന്റെ
വിരഹവും ഗാനവും
ഒത്തുപാടുന്നു.
ശ്രുതിചേർന്നു ലയമോടെ
സപ്തസ്വരങ്ങളതു നാം
തന്നെയായതും,
ഇളകും കടലുപോൽ,
കാറ്റുപോൽ
ഞാൻ നിന്നിലായ്
ഒഴുകിനടന്നതും,
തനുവൊരു കടലായി
മനമതുതന്നെ നിറഞ്ഞതും;
ഒടുവിലായ്
ശ്രുതിയില്ലാ ശബ്ദങ്ങൾ
മാത്രമായ്
നാം പിരിഞ്ഞതും,
ഓരോ വിരഹവു-
മകതാരിൽ പതിച്ചതും,
പിന്നെയപശ്രുതിയതു
ഞാൻ മാത്രമായ്
തീർന്നതും,

ഒടുവിൽ ഞാൻ
വീണ്ടും പൊഴിയാനൊ-
രുങ്ങവേ എൻ വീണ
തന്നെ നിലച്ചതും.
ഗന്ധർവ്വസംഗീത-
മതായിരുന്നില്ലെന്റെ
മോഹമീയാമത്തി-
ലൊന്നിൽ നിൻ
ശ്രുതിയാവലതൊന്നു
മാത്രം!
പാടുവാനാകാത്തൊരെൻ
വീണയ്ക്കു
നീ സ്വരമാവലതൊന്നു
മാത്രം..

(2014)

വേരുകൾ ഓർത്തത്

നിത്യമധുരമായോർമ്മകൾ.
ആദ്യമമ്മ ചെറുമുത്തം തന്ന കവിളുകൾ.
അച്ഛൻ പിച്ച പഠിപ്പിച്ച കുഞ്ഞിക്കാലുകൾ.
ഓർമ്മയിൽപോലും ഓടിക്കളിക്കുന്ന
കുഞ്ഞുകാൽത്തളകൾ.
മിച്ചം പിടിച്ച ചില്ലറത്തുട്ടുകൾ
നൽമിഠായി മധുരസൗഹൃദങ്ങൾ.
നൽക്കയ്യുരഞ്ഞു കരഞ്ഞപ്പോൾ
പഞ്ചാരമണൽ തന്ന അമൃതാമക്ഷരങ്ങൾ.
ഒരു യുഗം പോലവ ഓടിമറയവേ
ഇന്നും അവിസ്മരണീയമീ ബാല്യം!

പങ്കുവച്ച ഹൃദയമതു ധന്യമാ-
യാത്മാവോടു ചേർന്നിരിക്കവേ
ഇനിയും പറയുവാൻ കഴിയാത്തൊ-
രാനന്ദം സിരകളിൽ നിറഞ്ഞൊഴുകവേ
കണ്ടു ഞാൻ ചെമ്പനീർപ്പൂവിതളാം
കൗമാരം നൽകാറ്റിലൊഴുകിയങ്ങനെ
ദിശയറിയാതെ...

ഇരവുണ്ട് പകലുണ്ട് പകലോനും,
നിഴൽമായുമേകാന്തമുച്ചയും.
തണൽ വീഴും സന്ധ്യയെക്കാട്ടി
അസ്തമിച്ചെങ്ങോ പോകുന്ന തോഴനും!
'നിയതമാണു ജീവിതമിക്രമം
നാഥാ നീ ജീവിച്ചിടേണം '
പുതിയ നിഴൽ പറയുന്നു.
ക്രമാനുഗതമെങ്കിലുമുള്ളിൽ
തിളയ്ക്കുന്ന വിസ്ഫോടനങ്ങൾ!

വിരിയുകയാണു ഞാൻ;
പൂവായി, കായായി, നൽത്തടിയായി,
തണൽ തരും നാഥനായി.
ചിന്തിക്കവേണ്ട യൗവ്വനം
ക്രമാനുഗതം.

ഉയരങ്ങളിൽ പടർന്നുകയറവേ,
ശിഖരങ്ങൾ കൂട്ടുതേടവേ,
ആലയമാകവേ, പുതുപൂക്കൾ
വിരിയവേ,
കാലങ്ങൾക്കിപ്പുറം വേരുകൾ
തിരയുകയാണു ശാഖകൾ;
ആത്മാവ് പൊതിഞ്ഞ
ജരാനരകൾ ബാധിച്ച
വേരുകൾ!!
ആഴത്തിലാഴത്തിലഗാധമായ്
ഗണിക്കയെങ്കിലും
ശേഷം അചിന്തനീയം!
എങ്കിലുമുണർവ്വോടെ
പുതുനാമ്പുകൾ
മോണകാട്ടിച്ചിരിയ്ക്കുന്നു,
എങ്ങോ നഷ്ടപ്പെട്ട മനസ്സുഖം
ചുണ്ടിലൂറുമ്പോൾ
വാർദ്ധക്യമൊരു സന്ധ്യയെ പോൽ
അത് കണ്ടുനിൽക്കുന്നു...

(2008)

മുള്ള്

പൂക്കൾക്ക് പകരമൊരു മുള്ളെനിക്ക്
ജന്മദിനസമ്മാനമായ് തന്ന
കൂട്ടുകാരീ...
ഇന്ന് ഞാനേറ്റവും ഓർക്കുന്നത്
നിന്നെയാണ്...
നിന്റെ മുള്ളിലലിഞ്ഞ വസന്തം
ഇന്നെനിക്കു കാണാം.
അതിൽ നീ ചേർത്ത
സ്നേഹത്തിന്റെ മൂർച്ച
ഇന്ന് വഴിനടക്കാനെനിക്കു
കൂട്ടാവുന്നു.
നിന്റെ മുള്ളൊരു മുൾക്കാടാ-
വുമ്പോൾ
എന്റെ ഉള്ളിലെ തേനുറവ
ഭയമില്ലാതൊഴുകുന്നു.
എന്റെ കയ്യിലെ പൂക്കൾ
ഇന്നിതാ ഇതൾ
കൊഴിഞ്ഞുപോയി.
അവ കെട്ടിയ ചുവന്ന നാടകൾ
എന്റെ ജീവിതം പോലെ
പിഞ്ഞിയിരിക്കുന്നു.
ഒറ്റയായാ പൂക്കുടകൾ മാത്രം
എന്റെ ഹൃദയം പോലെ
ഒഴിഞ്ഞുകിടക്കുന്നു..
നിന്റെ മുള്ളു മാത്രം ഇക്കാലമത്രയും
വാടാതെ, പൊഴിയാതെ
എന്റെ ഹൃദയത്തിലിങ്ങനെ,
ഒരിറ്റു ചോരപൊടിച്ചുകൊണ്ട്.

(2021)

എന്റെ പകൽപ്പൂവിന്...

വിരിയുന്ന ഞാനെന്റെ അന്തികളിൽ വീണ്ടും
വിക്കുമ്പാൻ കൊതിക്കുന്ന കുടമുല്ലപ്പൂവുപോലെ
രാത്രിതൻ ശീതക്കടലുകളിലൊന്നിലായലിയാൻ
വിധിച്ചൊരാ കാമശിലയാണതെങ്കിലും!

ജീവിതമാം മുൾമുരിക്കിലേക്കാരോ
പൊഴിയാതെ, കരിയാതെ പടരുവാൻ
വിത്തിട്ട പട്ടുമുളയായി ഞാൻ
മാറിയതെന്നോ?!
ആരോ തളച്ചിട്ട പ്രണയമാം ക്കുരമ്പു
കനവിന്റെ കാമ്പിൽ തറച്ചപ്പഴെപ്പൊഴോ,
ആ നിണത്തണുപ്പിലെൻ ശാഖയിൽ
ഉയിരിന്റെ നൽക്കാമ്പു വിരിഞ്ഞൊരാ
മാത്രയിലോ?!

ഇരുളാണു ചുറ്റുമീ, പകലിലെന്നാകിലും
ഉറങ്ങാത്തൊരാൽമരച്ചോട്ടിലെന്നാകിലും,
വന്യമാം മൂകതയിൽ ദിക്കുകൾ അലറുന്നു;
ദേഹം വിൽക്കുന്നവളിവളോ അമ്മ?
ഏകയാം മാതൃത്വം വഴിമുട്ടി നിൽക്കവേ
മനസ്സു വിറ്റവളെന്നെ നിങ്ങളെന്തു
വിളിപ്പെന്നകക്കാമ്പു തേങ്ങിയോ..
ഇനിയില്ല സഭ്യമാം പകലുകളെൻ വീഥിയിൽ
നഗ്നമാം മൂവന്തി മാത്രമായ് മാറിപ്പോയ്!

ഇരുളിലും വണ്ടുകൾ വഴിതെറ്റാതണയുന്നു,
മാതൃത്വമൊരു കനൽപ്പൂവായി വിരിയുന്നു;
കാമമാം കൽമടയിൽ ഉറവകൾ ഉണരവേ
കണ്ണീരിൻ ചുടുനീര് ലാവയായുറയുന്നു.

പാതിചാരിയൊരാ വാതിൽപ്പടിമേൽ
മുനിഞ്ഞു കത്തുന്നൊരാ സ്ത്രീത്വവുമായി
കാവൽ നിൽക്കുകയാണു ഞാൻ,
എന്റെ ഉയിരിൽ വിരിഞ്ഞൊരാ പൂവു
പകൽപ്പൂവാകുവാൻ...

(2009)

ഇരകൾ

ഞാൻ നിന്നെയറിയുന്നു...
ഈ വിളി നിനക്കുള്ളതാണ്.
നിന്റെ പ്രാണന്റെ പിടച്ചിൽ
എനിക്ക് കേൾക്കാം.
നിന്റെ പുഞ്ചിരികൾ എനിക്കു
മുന്നിൽ തോറ്റുപോകുന്നു.
നീ നൊന്തുനീറുന്നത് എന്റെ
ഹൃദയത്തിലെന്നപോലെ
ഞാനറിയുന്നു.
നിന്റെ ധൃതികളിൽ,
വിഷാദത്തിന്റെ
ചങ്ങലയിൽ നിന്നു കുതറാനായുന്നൊരു
യാഗാശ്വത്തെ, എന്റെ കണ്ണുകൾ
തിരിച്ചറിയുന്നു.
മരുക്കാട്ടുകളിലൂടെയോടി, അത്
തളർന്നുവീണ കഥ നീ പറഞ്ഞത്
ഞാനിന്നുമോർക്കുന്നു..
എന്റെ രാത്രികളും പകലുകളും
ഞാൻ നിനക്കായ് തുറന്നിട്ടിരിക്കുന്നു.
നിന്റെ സംശയത്തിന്റെ വെള്ളികെട്ടിയ
വടികൾ പുറത്തുവെക്കുക,
നീയെന്നെ അറിയുക,
എന്റെ മുറിപ്പാട് കാണുക;
നിന്റേത് ഒന്നുമല്ലെന്ന് നീയറിയുന്ന
നിമിഷം നീയായി ഇറങ്ങിപ്പോകുക...
പിന്തിരിഞ്ഞു നോക്കുമെങ്കിൽ
എന്നെയും വിളിക്കുക...

(2020)

പറയാതെ പോയത്...

സ്നേഹിച്ചപ്പോഴും നീ
പറഞ്ഞില്ല,
സ്നേഹിക്കുന്നുവെന്ന്.
ഞാനറിഞ്ഞിരുന്നതു
കൊണ്ട് ഞാൻ,
ചോദിച്ചുമില്ല.
ഒടുവിൽ അകന്നപ്പോഴും
നീ പറഞ്ഞില്ല,
സ്നേഹിച്ചിരുന്നെന്ന്.
എനിക്കൊന്നുമറിയാ-
തായതുകൊണ്ട്
ഞാനും ചോദിച്ചില്ല.

(2016)

നീയെന്ന കള്ളം

നീ സത്യം പറഞ്ഞിരുന്നുവെങ്കിൽ
എനിക്കീ കവിതകൾ
എഴുതേണ്ടി വരുമായിരുന്നില്ല..
എന്റെയീ മഷിപ്പാത്രത്തിലെന്റെ,
യക്ഷരങ്ങളിൽ എന്റെ രക്തം
കലരുമായിരുന്നില്ല.
ചത്തുമലച്ചൊരു ദേഹവും പേറി
ഞാൻ ആരോടെന്നില്ലാതെ
ചിരിക്കേണ്ടി വരുമായിരുന്നില്ല.
പലനിറമുള്ള ഗുളികകളുടെ
ചരടിലുറക്കംതൂങ്ങി എന്റെ
പ്രിയപ്പെട്ടവരെന്നെ കാണുമായിരുന്നില്ല.
ഞാനലങ്കോലപ്പെട്ടൊരു മുറിയുടെ
ചുവരിലെന്റെയുൾവെളിച്ചത്തെപ്പോലും
ഭയന്നൊളിച്ചൊരു
ജന്തുവായ് തീരുമായിരുന്നില്ല.
നീ ചെയ്തതോർത്തോർത്തെന്റെ
കവിൾ നനഞ്ഞു നനഞ്ഞൊരു
ഗർത്തമതെന്നെ വിഴുങ്ങുമായിരുന്നില്ല.
ഞാൻ ഞാനല്ലാതായൊരാ
ചിന്ത പൂത്തുപൂത്തു
ഞാൻ ചിതറിത്തെറിക്കുമായിരുന്നില്ല.
ഈ ഇരുണ്ട വിഷാദത്തിനെ
മറ്റുള്ളവർക്കുമുന്നിൽ
കവിതയാക്കുമ്പോഴും
ഉള്ളിലീ നരകത്തീയിൽ ഞാൻ
ദഹിക്കുമായിരുന്നില്ല..
രാത്രികളില്ലാതെ, പകലില്ലാതെ,
കാറ്റില്ലാതെ, യൊന്നിനുമൊന്നിനും

നിറമില്ലാതെ ഞാൻ
മരിക്കുമായിരുന്നില്ല..
എന്തിനാണ് നീ കള്ളം പറഞ്ഞത്???
അതും ഒരു കള്ളമായ നിന്നെ
നീയായി
എന്നിലേക്ക് ചേർത്തൊരെന്നോട്??
നിനക്കെന്നും
പറയാമായിരുന്നൊരെന്നോട്??
എനിക്കറിയാം...
നീ കള്ളമായിരുന്നു,
ഞാൻ സത്യവും.
ഒരിക്കലും ഒരിക്കലും ഒരിക്കലും ചേരാത്തവ.

(2022)

കാലങ്ങൾ ബാക്കിവെച്ചത്

വാക്യങ്ങൾ അപൂർണങ്ങളാണ്,
വാക്കുകൾ അവ്യക്തവും.
താളം മുറുകുമ്പോൾ പ്രതിധ്വനിക്കപ്പെടുന്ന
നിശബ്ദത ഉള്ളറകളിൽ
ഒരു കൊടുങ്കാറ്റുപോലെ...
തീരമടുക്കാറായി!
ഉയർന്നുപൊങ്ങാനുള്ള
ഉൾക്കരുത്ത്
വിധി സ്വീകരിക്കുന്ന
മനസ്സായി ഉറച്ചുപോയിരിക്കുന്നു.
വഴികളെപ്പറ്റി ഇപ്പോൾ
ആധിയില്ല...
ഇനിയൊരിക്കലും തിരിച്ചുകിട്ടാത്ത
വിധത്തിൽ അന്യമായിരിക്കുന്നു
എന്റെ ദിശയും,
പിന്നെ തോഴനും.

(2018)

നീയെന്നെ പഠിപ്പിച്ചതും, ഞാനറിഞ്ഞതും...

ഇടനാഴികളിലൂടെ നീ നടക്കുമ്പോൾ
നിന്നെ പുണരുന്ന വെൺനിഴലുകളാവാൻ
ഞാൻ കൊതിക്കാറുണ്ട്.
നിന്റെ കൈകളിലെ നീല ഞരമ്പുകളിൽ
ഞാനലിയുന്ന ദിനം എന്നുമെന്റെ
സ്വപ്നമായിരുന്നു.
വിടരാൻ പോകുന്ന പൂമൊട്ടും
കൊഴിഞ്ഞുവീണ ഇതളുകളും പങ്കിടുന്നത്
ഒരേ സൗന്ദര്യമാണെന്ന് ഞാൻ
മനസ്സിലാക്കിയത് നിന്നെ
പ്രണയിച്ചതിനു ശേഷമാണ്.
ഇരുൾ വീഴുന്ന സന്ധ്യയിലും
ഞാൻ നീയെന്ന സൂര്യനെ
സ്വപ്നം കണ്ടു.
നിന്റെ രശ്മികളേറ്റുണരുന്ന
പുലരികളിൽ ഞാൻ കൂടുതൽ
മുഗ്ദയായി കാണപ്പെട്ടു.
ലോകം നിന്റെ കരങ്ങളാണെന്നും
അതിന്റെ സൗന്ദര്യം
ഞാനാണെന്നും നീയെന്നെ പഠിപ്പിച്ചു.
തിരിച്ചറിവെന്നത് നിന്നിൽ ഞാനേൽപ്പിച്ച
എന്റെ ഹൃദയത്തിന്റെ താക്കോലാണെന്ന്
ഇപ്പോൾ എനിക്കറിയാം.

(2012)

ഞാറ്റുവേലയ്ക്കൊരു കത്ത്

ഇപ്പോഴും വേനലുണരാറുണ്ട്,
വിഷുപ്പക്ഷി പാടാറുണ്ട്.
പുലരികൾക്കു നിൻ തിരുവാതിരക്കുളിരു
നൽപുടവ നൽകേ,
വഴിതെറ്റിയെങ്കിലും ദിശമാറിയെങ്കിലും
സപ്തനാളുകൾ നിന്നമൃതാൽ
ഇന്നും നനയുമ്പോൾ
പൊൻവെയിലു വിളയുന്ന
മൂന്നുനാൾ ഇന്നുമെൻ
ജീവനിൽ പൊടിപ്പായി...

ഇന്നു നിൻ ചിലമ്പുകൾ
ഞാൻ വീണ്ടും കണ്ടു;
ഒരു ഹർഷമാരിയായ്
അവ ചിതറിച്ച ഉയിരും
ഉറവും മനസ്സുഖവും!
ഓർക്കുകയാണു ഞാൻ
താരാഗണങ്ങൾ താണ്ടി
നീ വന്നതും,
എൻ അന്നം പുതു-
നാമ്പുകളായ് മുളച്ചൊരാ-
ദശക്കാലവും, അവ
മണ്ണിന്നമൃതായതും.

ഋതുക്കൾ ഇപ്പോൾ പൊഴിയാറില്ല,
പതിക്കുകയാണു പോൽ!
പച്ചക്കതിരു നിൻ കിളിക്കേകിയ
സുഗന്ധം ഇപ്പോഴെന്റെ
കാറ്റിനുമില്ല...

നിനക്കുമുണ്ടാകും പറയുവാൻ
അല്ലേ??!
വഴി തെറ്റിയ നിൻ കാലചക്രത്തേ-
പ്പറ്റി,
കാത്തു നിൽക്കാനില്ലാത്ത
പുഞ്ചവയലിനെപ്പറ്റി,
പടവുകൾ പതിമൂന്നു
കടക്കുമ്പോൾ അന്യമായിപ്പോവുന്ന
അരനാഴിക നേരത്തെപ്പറ്റി...

മരിക്കുന്നത് ഓർമ്മകളല്ല,
ജീവിതം തന്നെയാണ്.
ഓരോ മരപ്പച്ചയും
എനിക്കേകിയ നിന്റെ
സാമിപ്യമാണ്...,
പൂക്കാത്ത താഴ്ത്തുണ്ടു
പുഷ്പിച്ചു കാണിച്ച
നിൻ കൊച്ചുജാലമാണ്...
പാടാതെ പാടുവാൻ
ഈ കൊമ്പിൽ നിന്റെ കിളി
ഇന്നും ബാക്കിയാണ്...
കടൽ കടന്നു പോകാൻ
മടിച്ചൊരാ പൈതൃകം
ഈ മണ്ണിലൊരു വീടാകടം
പോലലയുമ്പോൾ
ഞാനും നിൻ കിളിയും
എവിടെ പോകേണ്ടു??!

(2013)

ഒളിപ്പിച്ച പ്രണയം

എന്റെയീ പ്രണയത്തെ ഞാൻ
മണ്ണിലൊളിച്ച വെയ്ക്കും,
ചിന്തകളുടെ ഭ്രാന്ത്
തലയെരിക്കുമ്പോൾ
മുറിയിൽ നിന്നോടിയിറങ്ങുന്നൊരുവനോ
ഒരുവൾക്കോ മാത്രം കണ്ടെത്താൻ
പാകത്തിൽ
മരണത്തിന്റെ സുഗന്ധം
ഞാനവിടെയൊരടയാളമായ്
ബാക്കിവെയ്ക്കും..
പ്രണയത്തിന്റെ മൂർച്ചയിൽ
മരിച്ചുകൊണ്ടിരിക്കുമ്പോഴും
അതിന്റെ ഓർമ്മയിൽ
വിങ്ങുന്നൊരാൾക്ക്,
ജീവനും ജീവിതവും
പ്രണയത്തീയിൽ
ചാരമായൊരാൾക്ക്,
അങ്ങനെയൊരാൾക്ക് മാത്രം
തേടിച്ചെല്ലാൻ തോന്നുന്നയിടത്ത്
ഞാനെന്റെ പ്രണയത്തെ
കുഴിച്ചിടും.
അന്ന്,
എന്റെ പ്രണയത്തിൽ ഞാൻ
ഒറ്റയല്ലാതാവും.
പരസ്പരം പറഞ്ഞുകരയാൻ
എനിക്കുമൊരാളുണ്ടാകും.
പ്രണയമുള്ളിടത്തോളം
അവിടെ ആളുകൾ
വന്നുകൊണ്ടേയിരിക്കും.
എന്റെ കണ്ണുകൾ കലങ്ങിക്കൊണ്ടേയിരിക്കും...

(2022)

നീയറിയാതെ പോയത്

പറയാതെ പറയുന്നു ഞാൻ,
കേൾക്കാതെ നീ കേൾക്കുമെന്നോർത്ത്!
ഓരോ പകലിലും ഇരവിലും
നിയതമാം വിരഹമതു
നിന്നെത്തേടവേ,
ജനനിബിഡമെങ്കിലും
ജലനിബിഡമായെൻ കണ്ണുകൾ.
കൂട്ടിന്നു പറവകളഗ്നിയാം
ഘനസൂര്യൻ..
പുകയുന്ന നെഞ്ചിലും
പ്രണയമതിന്നും വസന്തം തന്നെ.
പരസ്പരം പിരിയുവാൻ മടിച്ച
നാം വാക്കുകളായ്
മൗനമിറ്റുന്നൊരാ ഹൃദയത്തെ
കുത്തിനോവിച്ചതും,
എന്താണ് ചോദിക്കുവാൻ
പോയതെന്നു നീ ചോദിച്ചപ്പോൾ
ഞാൻ പറയാതിരുന്നതും
നീ അറിയാതെ പോയതും,
ഒന്നുമോർത്തെടുക്കാനാകാതെയാകെ-
ത്തളർന്നു ഞാൻ നിന്നതും.!
ഒത്തുചേരുവാതെയൊരിത്തിരി
പോലുമസ്തിത്വമില്ലാത്തോർ നാം
ഒറ്റയായ് പിരിഞ്ഞീ കര
ശൂന്യമായതു,
മീക്കടലിലൊരു പ്രണയം
ചത്തുമലച്ചസ്തമിച്ചതും!!
അറിഞ്ഞിരുന്നില്ല നീ...
അറിഞ്ഞിരുന്നെങ്കിലകന്നേനെ-
യെന്നേ നാം.

(2015)

കര കടലാകുമ്പോൾ

അങ്ങനെ ഒരു രാത്രിയിൽ
കര, നിറഞ്ഞ കടലാകുന്നു.
വിണ്ട ഭൂമിയിൽ വിരഹത്തിന്റെ
ചുഴികൾ.
മൗനത്തിന്റെ മണ്ണിനു
മുകളിൽ കരൾ തെളിഞ്ഞ
വെള്ളം.
കുടികിടപ്പുകൾക്കുള്ളിൽ
ചെറുമീനുകൾ മനുഷ്യർ.
ആർക്കും ധൃതിയില്ലാത്തൊരു
രാത്രിയിൽ
മരണം ദാഹിക്കുന്നൊരാ
മനുഷ്യർ സംതൃപ്തിയോടെ
മരിക്കട്ടെ..
അവരിൽ നിന്നേകാന്തതയുടെ
കുമിളകൾ എന്നെന്നേക്കുമായി
ഉയർന്നു പൊങ്ങട്ടെ.
അവരുപേക്ഷിച്ച ദേഹങ്ങളിലി-
നിയെങ്കിലും
സ്വർണമത്സ്യങ്ങൾ വിരുന്നു വരട്ടെ.

(2020)

എന്റെ സ്നേഹം!

നിന്നോടുള്ള സ്നേഹത്താൽ
ഒഴുകാൻ കഴിയുമായിരുന്നെങ്കിൽ
ഞാനിപ്പോൾ കടലും
കവിയുമായിരുന്നു..
നിന്നോടുള്ള ഉന്മാദത്താൽ
ഉയരാൻ കഴിയുമായിരുന്നെങ്കിൽ
ഏഴാകാശങ്ങളും എനിക്കു
താഴെയായേനെ..
നിന്നോടുള്ള സ്നേഹം
ഉല്പത്തിയായി മാറിയാൽ
നിമിഷങ്ങൾ മതിയായിരുന്നു
എനിക്കീ ലോകമത്രയും
നിറയ്ക്കാൻ..
എന്റെ ഓരോ അണുവും
നിന്നോടുള്ള സ്നേഹത്തിൽ
മദിച്ചു, ലയിച്ച്,
ഈ ലോകം തന്നെ
നിറയും മുൻപേ,
ഒന്ന് ചോദിച്ചോട്ടെ??,
എന്നാണ് നിന്റെ
സ്നേഹത്താൽ എന്റെ
ഒരു അണുവെങ്കിലും
ത്രസിക്കുന്നത്???.

(2012)

നീയെന്ന വേനൽ

മീനമാസത്തിലെ വെയിലു-
പോലെ എന്റെ ശരീരം
കാറ്റേറ്റു കിടന്നു.
നീ പൊഴിച്ച ഇലകൾക്കിടയിൽ
എനിക്കുമാത്രം കുളിർന്നു.
എന്റെ വിയർപ്പ് ഒരു നിഴലകലെ
നിന്നെ കാത്തുകൊണ്ടങ്ങനെ...
നിന്റെ മണം മാവിൻചുനപോലെ.
നിന്റെയധരങ്ങൾക്ക് നമ്മുടെ
പ്രണയത്തിന്റെ പുളിപ്പ്!
ഒന്ന് തലോടി നീ പൊയ്ക്കഴിഞ്ഞ-
പ്പോഴേക്കും,
എന്റെ ആത്മാവിന്റെ ചുഴികളിൽ
നീ പൊഴിച്ച മാമ്പൂക്കൾ!!

(2021)

ഇനി ഞാൻ ഉറങ്ങുകയില്ല...

ഇനി ഞാൻ ഉറങ്ങുകയില്ല.
നീയില്ലാതെ,
നിന്റെ പാട്ടുകേൾക്കാതെ,
എന്റെ നിദ്രകൾ ഒറ്റയാവാതിരിക്കാൻ..
നീ വന്നാൽ
കാത്തിരുന്നില്ലെന്നു നീ
പിണങ്ങാതിരിക്കാൻ...
എന്റെ സ്വപ്നങ്ങളിൽ
ഞാൻ നിന്നെ മറക്കാതിരിക്കാൻ...
ഇനി ഞാൻ ഉണർന്നിരിക്കട്ടെ!
നീയില്ലാത്ത സ്വപ്നങ്ങൾ
കൊഴിഞ്ഞുപോകട്ടെ,
നീ നട്ട വിത്തുകൾ മാത്രം
തളിർക്കട്ടെ,
നീ വന്നിരുന്ന രാവുകൾ
ഇനിയും പുലരാതിരിക്കട്ടെ!
ഇനിയുള്ള ജന്മങ്ങളിലീ കടമ്പിൻ
ചുവട്ടിൽ ഞാനും നീയും
മാത്രം പ്രണയം പറഞ്ഞുറങ്ങട്ടെ...

(2021)

നീ സുഖമായിരിക്കുക...

എന്റെ സ്വപ്നങ്ങളറിയുന്നവർ
എന്നെ പകച്ചുനോക്കുന്നു..
എന്റെ വിജയം മാത്രം കണ്ടു
ശീലിച്ചവരുടെ സ്നേഹത്തിനു നേരെയൊരു
മങ്ങിയ ചിരി ചിരിച്ചു ഞാൻ
വീണ്ടും ഉൾവലിയുന്നു.
നീ വന്നതും പോയതും അവരറിഞ്ഞിട്ടില്ല.
ഞാൻ പറഞ്ഞുമില്ല.
നിനക്കു വേണ്ടി ഞാൻ
മാറ്റിവച്ചൊരെന്റെ
സ്നേഹം,
സ്വപ്നം,
ജീവിതം,
സമയം,
ഞാൻ എന്ന ഞാൻ,
ഒന്നും നീ തല്ലിക്കെടുത്തിയതവരറിഞ്ഞിട്ടില്ല.
നീയുമതറിഞ്ഞില്ല.
അതിലൂടെ കൊഴിഞ്ഞുപോയൊരെന്റെ
മനസ്സ്, ഞാൻ മാത്രം കാണുന്നു.
എനിക്കു നഷ്ടപ്പെട്ടതെല്ലാമെല്ലാം
ഞാൻ മാത്രം കാണുന്നു.
നീ സുഖമായിരിക്കുക.
വേറാരും ഒന്നുമറിഞ്ഞിട്ടില്ല.
എനിക്കു നഷ്ടപ്പെട്ട എന്റെ വർഷങ്ങളുടെ
എണ്ണമല്ലാതെ!

(2022)

ഇനിയെങ്കിലും നീയാവുക!

നീ വരില്ലെന്നെനിക്കറിയാം..
നിനക്കവിടെ ആളും ആൾക്കാരുമുണ്ട്.
നീയെന്നിൽ നിന്നു കട്ടെടുത്തെന്റെ
സ്വപ്നങ്ങളും സമയവുമുണ്ട്..
നീയെന്നെക്കാണാതൊളിപ്പിച്ചൊരാ
പ്രണയിനിയുണ്ട്.
നീ കരഞ്ഞപ്പോൾ നിന്നെ
എന്നിലേക്കിട്ടെറിഞ്ഞു പോയ,
നീ വിജയിച്ചപ്പോൾ നിന്നെ എന്നിൽ
നിന്നു തോളിലേറ്റിപ്പോയ
നിന്റെ സുഹൃത്തുക്കളുണ്ട്..
വീട്ടുകാരുടെ ഗതികെട്ട പട്ടിയാണു
നീയെന്നെന്നോടഭിനയിക്കുമ്പോഴും
നീ കാത്തുസൂക്ഷിച്ചൊരാ
കുടുംബമുണ്ട്!!.
നിനക്കെല്ലാം എളുപ്പമായിരുന്നു.
വന്നതും പോയതു, മെന്നെയിഞ്ചിഞ്ചായി
കൊന്നുകളഞ്ഞതുമടക്കം.
ഞാൻ മാത്രം ഇരുട്ടിലായിരുന്നു.
നീ എനിക്കു ചുറ്റും തീർത്തയാ
കറുത്ത സ്നേഹത്തിന്റെയിരുട്ട്..
ആരും കാണാതെ ആരെയും
കാണിക്കാതെയൊരിരുട്ടിന്റെ
ഇരയെന്നെന്നെ
വിശ്വസിപ്പിച്ചു, വെളിച്ചത്തിൽ
നിന്നുകൊണ്ടു നീയെനിക്കു
തന്നുകൊണ്ടിരുന്നൊരിരുട്ട്.
നിന്റെ കരച്ചിലുകളിൽ,

നീയഭിനയിച്ച വിഷാദത്തിൽ,
നിന്റെ എണ്ണിയാലൊടുങ്ങാത്ത
മാപ്പപേക്ഷകളിൽ,
ഞാൻ നിനക്കു നീട്ടിയ
എന്റെയലിവിന്,
സ്നേഹത്തിന്,
നീ പകരം തന്നയിരുട്ട്.
നീ വെളിച്ചത്തിലിരിക്കുക,
ചിരിക്കുക,
ഞാനില്ലാതായ നിമിഷത്തെയോർത്ത്
പൊട്ടിപ്പൊട്ടിച്ചിരിക്കുക!
'അങ്ങനെയെങ്കിലും' എനിയ്ക്കുമുന്നിൽ
നീ നീയാവുക.

(2022)

രാത്രിയിലെ ചുമപ്പ്

എന്റെ രാത്രികൾക്ക് നീളം കൂടുതലായിരുന്നു.
പകലുകളിൽ ഒന്നും ചെയ്യാറില്ലാത്ത
ഞാൻ രാത്രിയേയും വെറുതെവിട്ടു.
മുറി നിറച്ചും ഇരുട്ട് നിറച്ച്
ഞാൻ ജനാലയിലൂടെ
ഉറങ്ങാത്ത വീടുകളെ നോക്കി.
അമ്മയുറങ്ങാത്ത,
അച്ഛനുറങ്ങാത്ത,
കരഞ്ഞുതളർന്ന കുട്ടിയുള്ള,
പ്രണയം കരണ്ട പെൺകുട്ടിയുള്ള
വീടുകൾ.
അവ ഇരുട്ടിൽ മിന്നാമിനുങ്ങുകളെന്ന-
പോലെ.
കൂടണയാനുള്ള തിരക്കിനിടയിൽ
ഇലക്ട്രിക് കമ്പിയിൽ തൂങ്ങി-
മരിച്ച കാക്ക താഴെവീഴാൻ
പകൽ കാത്തുകിടക്കുന്നു.
പെറ്റുകൂടിപ്പെരുകിവളർന്ന
നായകളിലൊരെണ്ണം
കുട്ടിലിട്ട നായയുടെ പ്ലേറ്റ് നോക്കി
ഗേറ്റിനു മുന്നിൽ കൂട്ടംതെറ്റിയെന്ന
പോലെ ഉറങ്ങാതിരിക്കുന്നു.
സ്വപ്നങ്ങളുള്ള നായ!
അവനെയെനിക്കിഷ്ടപ്പെട്ടു.
ഞാനീ മരച്ചില്ലകളുടെ നിഴലിലൂടെ
എന്റെ സ്വപ്നങ്ങളെ അതിനിട്ടു
കൊടുത്തു.
അതെങ്കിലും എന്തിനെങ്കിലും
വേണ്ടി ജീവിക്കട്ടെ!

ഞാൻ നോക്കിയിരിക്കെ രാത്രി
കറുപ്പും വെളുപ്പുമായി..
കറുപ്പെന്നാരോ പറ്റിച്ചോരാ
രാത്രിയുടെ എല്ലാ നിറങ്ങളും കാണാൻ
ഞാൻ ടെറസിൽ കേറിനിന്നു.
എനിക്കു രസംകേറി.
രാത്രിയിലും ഇലകൾ
പച്ചയായും
തെരുവുകൾ മഞ്ഞയായും
തന്നെയിരുന്നു.
താഴോട്ടു നോക്കുമ്പോൾ
ഊളിയിടുന്ന കാറ്റ്
മഞ്ഞുപുതഞ്ഞു നിൽക്കുന്നു.
എനിക്കു ചുമപ്പ് കാണാൻ കൊതിയായി...
ഞാൻ താഴോട്ട് ചാടി...
നല്ല കടുംചുമപ്പ്...
രാത്രിയിലും കറുക്കാത്ത
ചോരച്ചുമപ്പ്.
എനിക്കു സന്തോഷമായി.
ഞാൻ കണ്ണുകളടച്ചു.

(2018)

യാത്രാമൊഴി

'പോവുകയാണ്...'
'ഇനിയും വരുമോ??
വരില്ലായിരിക്കും അല്ലേ...'
'വരാതിരിക്കാൻ പറ്റുമോ?!'
'അല്ല,... എന്നെയോർത്തല്ല!
എന്നെയോർത്തായിരുന്നെങ്കിൽ...
ഓർമ്മകളെ പോലും
ഇവിടെ ഉപേക്ഷിക്കുമായിരുന്നു...
അല്ലേ???!'

(2013)

ഞാനെന്ന മരം

ഞാൻ പൂമരങ്ങൾക്കിടയിൽ
തണൽത്തടിപോലെ വളർന്നു.
ഓരോ വേനലിലും ഉച്ചവെയിലിലും
ഞാൻ തണലൊരുക്കി.
പൂമരങ്ങളുടെ വർണാഭമായ
സൗന്ദര്യമോ,
മദിപ്പിക്കുന്ന സുഗന്ധമോ,
എനിക്കുണ്ടായില്ല.
അവ തങ്ങളുടെ വർണങ്ങളാൽ
വിഹായസ്സുകൾ തേടിയപ്പോൾ
ഞാൻ
എന്റെ ആത്മാർത്ഥതയുടെ
പച്ചിലകൾ കൊണ്ട്
തണൽ തീർത്തു.
അവയിൽ സ്നേഹത്തിന്റെ
നീരുറവയുണ്ടായിരുന്നു.
എന്റെ ശിഖരങ്ങളിൽ നിസ്സഹായതയുടെ
പ്രാവുകൾ വിരുന്നുവന്നു.
എന്റെ അലിവ് അവയ്ക്ക്
കൂട്ടിരുന്നു.
അവയുടെ ചിറകുകളിൽ ഞാൻ
സ്നേഹത്തോടെ തലോടി.
അവരിലെ ദുഃഖങ്ങളെ
ഞാൻ അവരറിയാതെ പകർന്നെടുത്തു.
തിരികെ പറന്നകലുമ്പോൾ
അവ തീർത്തും
സ്വസ്ഥരായിരുന്നു,
തങ്ങളുടെ ദുഃഖങ്ങളെ അവ
അന്വേഷിച്ചില്ല.

താണ്ടാനുള്ള ദൂരങ്ങളെക്കുറിച്ചാണ്
അവയെന്നോട് സല്ലപിച്ചത്.
ശിശിരത്തിൽ എനിക്കെന്റെ
ഇലകൾപോലും നഷ്ടപ്പെട്ടു.
ഞാൻ വീണ്ടും ഒറ്റയായി.

(2012)

ആശകൾ

ആശകളുണ്ട് മനംനിറയെ...
ആശിക്കുവാനേ കഴിവതുള്ളൂ.
അടരും മലരുപോൽ
പൂത്തൊരാ കാലത്തെ
ഓർത്തുവെയ്ക്കാനെ
കഴിവതുള്ളൂ.

(2012)

കവിതയിലില്ലാത്തത്

എന്റെ കവിതകൾ നീ വായിക്കുന്നുണ്ടാവാം.
നീ നട്ട ചെമ്പകം പൂത്തത്
ഞാൻ എഴുതുന്നില്ല,
നമ്മളിരുന്നിരുന്ന കൽപ്പടവുകൾ
പൊട്ടിയടർന്നതും
അതിൽ കൊണ്ടെന്റെ കാലിൽ ചോര
കനച്ചതും
ഞാൻ എഴുതുന്നില്ല.
എനിക്കറിയാം,
എന്റെ ചോര പണ്ടേ
നിനക്കു പേടിയായിരുന്നു.
നീ വെറുതേ മറിച്ചുകൊണ്ടിരിക്കാറുള്ള
ആ പുസ്തകം
എന്നെപ്പോലെ പൊടിപിടിച്ചിവിടെത്തന്നെ-
യിരിക്കുന്നതും
ഞാൻ എഴുതുന്നില്ല.
നിനക്കേറ്റവും പ്രിയപ്പെട്ടാ കുറിഞ്ഞിപ്പൂച്ച
പ്രസവിച്ചതും, അതിലൊന്നിനു
നീ വാങ്ങിവെച്ചയാ മണി
തന്നെ ഞാൻ കെട്ടിക്കൊടുത്തതും
ഞാൻ എഴുതുന്നില്ല...
നീയില്ലാത്ത, ഞാനില്ലാത്ത,
നമ്മുടെയാ വിശേഷങ്ങൾ
ആർക്കുവേണ്ടിയും
ഇനി ഞാൻ എഴുതുന്നില്ല...
അവയത്രയും മരിച്ചുപോകട്ടെ...
പുതിയ കവിതകൾ പിറക്കട്ടെ.

(2021)

നീയുള്ളൊരാ രാത്രി

എന്റെ ഉറക്കത്തിൽ
വസന്തവും ശിശിരവും
മാറിമാറി വരുന്നു.
നിന്റെ പ്രണയം വിരിച്ച
പൂമെത്തയിൽ എന്റെ
മുടിക്കെട്ടുലയുന്നു.
നിന്റെ നക്ഷത്രങ്ങളിൽ
നോക്കിനോക്കി എന്റെ
കണ്ണുകൾ
തളർന്നുപോകുന്നു.
നിന്റെ സുഗന്ധം
എന്റെ പിൻകഴുത്തിലൊരു
മറുകായങ്ങനെ..
നിന്റെ കൈകളിൽ
നിന്നുതിർന്നു വീഴുന്നവയെന്റെ
സ്വപ്നങ്ങൾ..
നിന്റെ ചേലകൾ
ചുറ്റിവരിയുന്നതു
മാത്രമീ ഞാൻ..
ഇനിയെനിക്കുണരേണ്ട,
ഈ രാവിലല്ലാതെ ഇനിയെനി-
ക്കെന്നെയറിയേണ്ട..

(2022)